अनुभव

सुहास शिरवळकर

 **दिलीपराज प्रकाशन प्रा. लि.**
२५१ क, शनिवार पेठ, पुणे - ४११०३०

◆ अनुभव / Anubhav

◆ **प्रकाशक**
राजीव दत्तात्रय बर्वे
मॅनेजिंग डायरेक्टर
दिलीपराज प्रकाशन प्रा. लि.
२५१ क, शनिवार पेठ, पुणे - ४११०३०.

◆ © सुगंधा शिरवळकर
२५१/क, शनिवार पेठ, पुणे - ४११ ०३०.

◆ **प्रकाशन दिनांक** - २० मार्च २०१०

◆ **प्रकाशन क्रमांक** - १७५६

◆ **ISBN** - 978 - 81 - 7294 - 781 - 1

◆ **टाइपसेटिंग**
पितृछाया मुद्रणालय,
९०९, रविवार पेठ, पुणे - ४११ ००२.

◆ **मुखपृष्ठ सजावट आणि मलपृष्ठावरील मजकूर** - सागर नेने

◆ **website:**www.diliprajprakashan.com

◆ **Email:**diliprajprakashan@yahoo.in

विस्मय-कथा-मालांमधून पूर्वी प्रसिद्ध झालेल्या रहस्यकथांच्या
पुनर्मुद्रणाचीही द्वितीयावृत्ती प्रकाशित करायला लावणाऱ्या
'विस्मय' प्रेमी वाचकांना.

-सुहास शिरवळकर

अनुभव

१

त्या मानानं तो खरोखरच भराभर चालत होता. पाठीवर बांधलेलं होल्ड-ऑल आणि हातातली ट्रंक त्याच्या वेगाला प्रतिकार करत होती. चपलेचा अंगठा कोणत्याही क्षणी असहकाराचं धोरण स्वीकारणार होता. आणि त्यात भर म्हणून की काय, पॅन्टचा बेलबॉटम सतत त्याच्या पायांच्या टाचांशी सलगी साधत होता.

त्याच्या दृष्टीनं खूप चालल्यावर त्यानं हातातली ट्रंक रस्त्याच्या कडेला ठेवली. होल्ड-ऑलच्या पट्ट्यामधून हात काढून होल्ड-ऑलवरच तो जरा टेकला. शर्टच्या बाहीला तोंड पुसत त्यानं एक सुस्कारा टाकला आणि हताश नजरेनं समोर पसरलेल्या लांबच लांब रस्त्याकडे पाहिलं.

ओळखीच्या खुणा अजून दिसत होत्या. म्हणजे मंडणपासून तसा फारसा लांब आला नव्हता तर तो. पलीकडे दिसणाऱ्या मळ्यात आपल्या मित्रांबरोबर तो कितीतरी वेळा आला होता. म्हणजे फारतर आठ मैल. मग पंधरा-वीस मैल चालल्यासारखं का वाटतंय?

हं, सामानाचा प्रताप हा! आणि हा विचार मनात येताच तो स्वत:च्या आईवर उखडला. नको-नको म्हणत असताना तिनं त्याच्या ट्रंकेत आणि होल्ड-ऑलमध्ये भरपूर सामान कोंबलं

होतं.

पंधरा भाकऱ्यांची चळत आणि लसूण-मिरचीचा ठेचा, कांदा इतपत ठीक आहे. प्रवासाला किती दिवस लागणार आहेत, कुठे मुक्काम करावा लागेल, ते सांगता येत नव्हतं; पण तांदूळ, डाळी, चहाची पत्ती, साखर...?

बावळटपणा सगळा!

एकीकडे म्हणायचं, ज्या क्षणी तू घराबाहेर पाऊल टाकशील, त्या क्षणी तू आम्हाला मेलास! आणि मग हे सामान कशाला द्यायचं बरोबर? मेला म्हटल्यावर, खरंच मेला का जगला? पोटापाण्याची काय व्यवस्था केली?....प्रश्न उरतात कुठे?

या प्रश्नांबरोबरच तात्यांचा उग्र चेहरा त्याच्या डोळ्यांसमोर तरळला आणि त्याच्या चेहऱ्यावर कडवट हास्य पसरलं.

आईचं काहीही असो; तात्यांचा निर्णय म्हणजे काळ्या दगडावरची रेघ! एकदा मुलगा मेला म्हणाले ना, खरंच पुन्हा नाव नाही काढणार त्याचं. त्यांच्या दृष्टीनं 'मोहन' या नावाच्या उच्चारालाही मनात जागा नाही!

नाही तर नाही! आपणही पुन्हा त्यांच्या पाया पडायला जायचं नाही! तुमचाच मुलगा आहे मी पण! तुम्हाला इतक्या कठोरपणे निर्णय घेता येतात ना?....मलाही येतात! एका क्षुल्लक कारणासाठी तुम्हाला मुलगा परका झाला! सेकंदाचा विचार न करता एकुलत्या एका मुलाला घराबाहेर काढलंत तुम्ही.

ओ. के.! निघून जाण्याकरता तुम्ही मला चोवीस तासांची मुदत दिली होती. माझं पाऊल त्याच्या पुढचं! पंधराव्या मिनिटाला बाहेर पडलो मी!

एकदा संबंध संपलेच म्हटल्यावर आत्ता काय आणि चोवीस तासानं काय? अं?

डोळ्यांत तरारणारं पाणी मोठ्या प्रयासानं परतवलं त्यानं.वास्तविक बघायला कोणी नव्हतं. हा सुस्तावलेला रस्ता, वाऱ्याने शहारणारी झाडं, जलोदर झालेले मळे, काळपटलेली संध्याकाळ यांतलं कोणीही तात्यांजवळ चुगली करणार नव्हतं; पण तरीही लाज वाटली असती त्याला.

अनिच्छेनं उठत त्यानं सामानाला हात घातला. पुन्हा थकल्या पावलांचा

प्रवास चालू झाला.

आपल्याच विचारात चालत होता तो. काळानं संधिप्रकाशातून काळ्यामिच्च अंधारात प्रवेश केला, तरी त्याला भान नव्हतं. रस्ता केव्हाच दिसेनासा झाला होता. दाटलेल्या आभाळाखाली विस्तीर्ण झाडांच्या आकृत्या भयाण भास निर्माण करायला लागल्या होत्या.

हे बदल कदाचित त्याच्या मनाच्या कोपऱ्यात अस्पष्टपणे नोंदवले गेले असतील; पण त्या नोंदणीचा विचारांच्या साखळीवर परिणाम झाला नव्हता. स्वत:च्या नादात चालताना वळणारे रस्ते, चढउतार, वाढता अंधार...असे बाह्य बदल अंतर्मन केव्हाच स्वीकारतं. त्यामुळे हा फरक प्रकर्षानं कधीच जाणवत नाही.

पावसाचा बर्फासारखा गार, टप्पोरा थेंब नेमका त्याच्या दोन भुवयांच्या मध्येच टपकला आणि चमकून तो भानावर आला. त्यानं एकदा आभाळाकडे नजर टाकली. काळे कुट्ट, दाट ढग अगदी टेकीला आल्यासारखे लोंबले होते. कोणत्याही क्षणी त्यांची सहनशक्ती संपून ते मोकळे झाले असते, अशी परिस्थिती होती.

आणि मंडणपासून फारतर बारा-तेरा मैलांवर होता तो. किकरीला पोचायचं तर आणखी तेवढाच प्रवास बाकी होता. किकरीला जाऊन कोंढणपूर पॅसेंजर गाठायची. पॅसेंजरनं मिदनापूरला यायचं आणि नंतर मिळेल ती गाडी गाठून बॉम्बे! अर्थातच तात्यांनी एक पैसाही न दिल्यामुळे, आणि त्यानंही न मागितल्यामुळे सगळा प्रवास विदाउट तिकीट! टी.सी.नं अडकवलं की उतरायचं. रेल्वेच्या जेलमध्ये रेल्वेला दया येऊन सोडेपर्यंत राह्यचं.

पुढचा प्रवास सुरू!.....विदाउट.

मंडण ते मुंबई हा चारशे मैलांचा प्रवास विनापैशांनीच करायचा म्हटल्यावर सगळ्या प्रकारांना तोंड देण्याची तयारी ठेवली होती त्यानं. गरज पडली तर टी.सी.च्या पाया पडणार होता, दोन थपडाही प्रसाद म्हणून ग्रहण करणार होता.

पावसाच्या थेंबांची फ्रिक्वेन्सी वाढली आणि त्यानं आजूबाजूला पाहिलं.

काय वाटेल ते झालं, तरी आता थांबणं आवश्यक होतं. पावसात

चिंब भिजून, नंतर वाऱ्यावर कपडे वाळवून आजारी पडण्याची त्याची तयारी नव्हती.

पण नजर पोचेल तिथपर्यंत आधाराला उभं राहता येईल, असं काहीच दिसत नव्हतं. अशा टपोऱ्या पावसात झाडाखाली आश्रय घेणं म्हणजे निव्वळ वेडेपणा होता.

अर्धवट पळत, अर्धवट चालत त्यानं रस्ता मागे टाकायला सुरुवात केली. पळताना त्याची नजर मात्र कुठे थांबायला जागा सापडते का, ते पाहत होती.

भिजायचं नाही असं ठरवूनसुद्धा दहाव्या मिनिटाला त्याच्या बनियनमधून पोटापर्यंत पाणी झिरपलंच. थंडीची एक लाट पोटावरून पसरत आत शिरशिरली.

अन् त्याच वेळी त्याला ते दिसलं.

उजव्या हाताच्या शेताडीत एका छोट्याशा टेकडीवर महादेवाचं मंदिर असावं. कळसावरून आणि दीपमाळेवरून तरी तसं वाटत होतं.

महादेवाचं असो, नाहीतर शनीचं; त्याला पावसापासून बचाव करण्याचं साधन मिळालं होतं.

ओल्या हातांनी तोंडावरचं पाणी निपटत त्यानं रस्ता सोडला. तो शेताडीत शिरला. पहिलाच पाय थेट नडगीपर्यंत चिखलात पचकला. बाहेर येताना पायानं चपलेला सोडचिठ्ठी दिली होती! अत्यंत काळजीपूर्वक हालचाल करत त्यानं पाय चपलेपर्यंत नेला आणि चपलेत सारला.

आता पाय चपलेसकट अलगद काढून घेणं महत्त्वाचं होतं. थोडासा जोर लावून त्यानं चप्पल वर ओढली; पण तसं करण्याकरता त्याला दुसऱ्या पायावर भार द्यावा लागला होता!

पहिली चप्पल आत....दुसरी त्याहून जास्त आत! दुसरा पाय गुडघ्यापर्यंत चिखलात रुतला होता!

मग मात्र वैतागला तो. शेताडीत शिरताना चपला हातात घ्याव्या लागतात, हा विसरलेला नियम त्याला चांगला आठवला. पण आता उपयोग नव्हता.

खरंच उपयोग नव्हता. एक पाय चपलेची बंधनं तोडून पुढे सरकला होता.

तोंडानं चपलेला एक शिवी हासडत त्यानं सरळ चपलेतून पाय सोडवले. चिखलात पाय रुतवून तो फसाफस चालायला लागला.

टेकडीचा उंचवटा चढून तो सपाट भागात आला, तेव्हा त्याचा अवतार खरोखर पाहण्यासारखा झाला होता. थेट पार्श्वभागापर्यंतचा भाग चिखलानं लडबडलेला. आधाराकरता कुठे-कुठे हात टेकल्यामुळे हात चिखलाळलेले. तेच हात शरीराच्या इतर भागांवर उमटलेले. ट्रंकेला खालून चिखलाचा लेप बसलेला. पाठीवरचा होल्ड-ऑल खलास आणि पावसानं त्याच्या या रूपात भरच टाकली होती. कपाळावर ओघळलेल्या चिंब केसांतलं पाणी तोंडावरून अद्यापदेखील निथळत होतं. कपडे भिजून पार पारदर्शक झाले होते.

तो दीपमाळेपाशी पोचला, तेव्हा पावसानं हत्तीच्या सोंडेनं बरसायला सुरुवात केली होती. ढगातल्या म्हातारीचा गडगडाट मोठ्यांच्याही उरात भीती निर्माण करण्याइतका मोठा झाला होता. मधेच एखादी वीज सरकन चमकून जात होती.

तशाही परिस्थितीत नंदीला नमस्कार करून तो आत शिरला.

देवळाच्या आवारात, मंडपात, गाभाऱ्यात—सगळीकडे अंधार दाटला होता. पण निदान त्याला धुआँधार पावसाची जोड नव्हती.

एका दगडी खांबापाशी त्यानं सामान रचलं. अंगावरचे कपडे निपटले. इतक्या पावसात होल्ड-ऑलमधले कपडे कोरडे राहिले असतील, अशी अपेक्षा करणं चुकीचं होतं. पण दगडापेक्षा वीट मऊ. निदान त्यांतून पाणी निथळणार तरी नव्हतं.

होल्ड-ऑल सोडून त्यानं कपडे बदलले,अंगावरचे कपडे फरशीवर वाळत टाकून त्यांवर दगड ठेवले आणि तो ट्रंकेकडे वळला.

आईनं दिलेल्या पदार्थांचा या क्षणी त्याला राग आला नव्हता. त्याच्या म्हणण्याप्रमाणे आईनं त्याला अंगावरच्या कपड्यांनिशीच बाहेर पडू दिलं असतं तर....?

अंदाजे चाचपडत त्यानं भाकरी-चटणीची प्लॅस्टिकची पिशवी बाहेर

काढली. हवेतल्या गारव्यात लसणीचा उग्र वास दरवळला. त्या वासानंही मनात ऊब निर्माण झाली होती. पोटातली आतडी पिळवटली गेली होती.

"चटणीशी काय आहे?"

"अं?" अचानक आलेल्या प्रश्नानं कोणाचं तरी अस्तित्व सिद्ध केलं होतं. तो मनापासून गोंधळला होता. आसपास कोणीतरी असेल, आणि त्याची आपल्या हालचालींवर नजर असेल, हे त्याच्या लक्षातही आलं नव्हतं.

आणि देवळात आपण एकटेच आहोत, असं गृहीत धरून त्यानं अगदी मनमोकळेपणानं कपडे बदलले होते!

"दचकतोस काय एवढा?"

जिथून ती आकृती पुढे आली, तिथे खांब असावा.

कदाचित त्यानं आपल्याला कपडे बदलताना पाहिलं नसावं, या विचारांनी हायसं वाटलं त्याला.

म्हातारा माणूस होता तो. जास्त तेल लावलेल्या शिळ्या पोळ्यांना वास येतो, तसा त्याच्या अंगाला विचित्र वास येत होता. कित्येक दिवसांत दात न घासल्याच्या जाणिवा त्याच्या श्वासात होत्या.

गलबललं त्याला त्या भपकाऱ्यानं

"चटणीबरोबर काय आहे?" त्याच्या तोंडाजवळ तोंड आणून म्हाताऱ्यानं उगाचच खाजगी स्वरात विचारलं.

त्याच्या प्रश्नाला उत्तर द्यायच्या फंदात न पडता मोहननं एक भाकरी, त्यावर चटणीचा गोळा ठेवून त्याच्या हातात दिली.

"पलीकडे बसून खा." तो तुटक स्वरात म्हणाला.

"का, माझ्यासमोर भाकरी खायला लाज वाटते?"

"तसं समज."

"आणि कपडे बदलताना....?"

"पाहिलंस तू?" चपापत मोहननं विचारलं.

"कदाचित त्यांनीदेखील पाहिलं असेल?"

"त्यांनी?....कोण आहे आणखी देवळात?" गांगरून त्यानं विचारलं.

आजूबाजूला तर कोणी दिसत नव्हतं. त्याची नजर आता अंधाराला चांगली सरावली होती.

"सातजण आहेत!" मख्खपणे तो म्हणाला,"सगळ्यांना भाकरी वाटत राहशील, तर तुलाच काही उरणार नाही!"

"कुठे आहेत?"

"त्या ओसरीवर."

अन् पहिल्यांदाच त्याला त्या आकृत्या जाणवल्या. प्रत्येकजण स्वतंत्रपणे पांगून उभा होता. प्रत्येकाचं लक्ष बाहेरच्या पावसावर होते.

मच्-मच्...मच्-मच्.

म्हाताऱ्यानं तिथेच बसून भाकरी खायला सुरुवात केली होती.

"कोण आहेत ते?"

"प्रवासी."

"बरोबर आलेत?"

"अंहं. तुझ्यासारखेच जमलेत."

"अन्, मला नाही दिसले येताना ते?"

"तू मंडणकडच्या रस्त्यानं, शेताडीतून आलास. ते दुसऱ्या बाजूच्या टाररोडनं आले."

"आणि तू?"

"मी इथेच असतो. देवापुढं येईल त्यावर अर्धं पोट भरतं."

"आणि उरलेलं अर्धं?"

"दिवसाकाठी तुझ्यासारखा एक भेटतोच की?"

म्हाताऱ्याच्या स्वरातला लोचटपणाही त्याच्या अंगाला येणाऱ्या वासासारखाच तीव्र होता. त्याचं ते मूर्खात काढणारं उत्तर ऐकून कोणाचाही संताप झाला असता.

तो तिथून उठायला तयार नव्हता. मोहनला त्याच्या शेजारी बसून खाणं असह्य झालं असतं. क्षणभर त्याच्या मनात विचार डोकावला, आपणच पलीकडे बसावं;पण म्हाताऱ्याचा काहीच भरवसा नव्हता. समजा, ट्रंकेत हात घालून काही पळवलं तर? त्यानं काही घेतलं तर लक्षात येऊनही ती

वस्तू परत घ्यायचं मोहनच्या जिवावर आलं असतं.

"जा, तुला त्यांच्यात जायचं असेल तर खुशाल जा." मच्मच् आवाज करत म्हातारा म्हणाला,"मला चोरी करायची सवय नाही."

"नाही. तसं नाही... "असं काहीसं पुटपुटत मोहन जरा बाजूला बसला. त्यानं भराभर दोन-तीन भाकऱ्या पोटात कोंबल्या. तोपर्यंत म्हाताऱ्याची काही ना काही तरी बडबड चालूच होती.

"प्यायला पाणी हवंय का?" त्यानं आवराआवर सुरू करताच म्हाताऱ्यानं विचारलं.

"नको." तुटक स्वरात मोहन म्हणाला. त्यानं सगळं आवरून ठेवलं. शक्यतो म्हाताऱ्याला काही उचापती करता येऊ नयेत म्हणून ट्रंकेवर होल्ड-ऑल ठेवला आणि म्हणाला, "कशाला हात लावू नकोस हं."

"हं." म्हातारा गुरकावला. अंधारात त्याच्या चेहऱ्यावरची एक्सप्रेशन्स टिपता येत नव्हती; पण मोहननं संशय घेतला होता त्याबद्दलचा राग त्याच्या एका हुंकारात व्यक्त झाला होता.

त्याच्या रागावण्याकडे लक्ष न देता मोहन उठला. नंदीवर बांधलेल्या कौलारू छपरावरून पाण्याच्या थंडगार धारा नळासारख्या पडत होत्या. पळत-पळत जाऊन त्यानं छपराचा आधार घेतला. धारांखाली हात स्वच्छ धुऊन पोटभर पाणी प्यायलं. पुन्हा तो मंडपात आला.

म्हाताऱ्याच्या दिशेनं येण्याचा वेडेपणा न करता तो दुसऱ्या ओसरीच्या दिशेला पळाला.

मघाचे सातजण अजूनही परक्यासारखे पांगून पांगून उभे होते. तास-दोन तास एकत्र अडकून पडलोच आहोत, तर एकमेकांशी गप्पा मारत वेळ काढावा, अशी इच्छाही कोणाच्या मनात निर्माण झालेली नव्हती.

एक व्यापारी असावा. त्याच्या एकंदर वेषावरून तरी तसं वाटत होतं. डोक्याला चॉकलेटी रंगाची टोपी, अंगात निळसर टेरिकॉटचा शर्ट, तलम धोतर, गळ्यात मधेच चमकणारा सोन्याचा गोफ, हाताच्या बोटांत चमकन चमकणाऱ्या खड्यांच्या अंगठ्या.

तीन-चारजण आसपासच्या गावांमधलेच असावेत. काही कामाकरता

बाहेर पडले. पावसात अडकले; पण त्यांचीदेखील परस्परांशी ओळख नसावी. नाहीतर एकमेकांशी बोलले असते ते.

अगदी एका कोपऱ्यात एक उंच-पुरा, धडधाकट मनुष्य उभा होता. त्याच्या एकंदर ताठ्यावरनं तो 'इंग्रजीतून विचार करणारा' एखादा सरकारी अधिकारी असावा, हे सहज लक्षात येत होतं.

कट्ट्यावर बसलेला म्हातारा कसल्या तरी सुवासिक वस्तूचा व्यापार करणारा असावा. त्याच्या पायाजवळच्या बोचक्यातून चंदन. मोगरा.... गुलाब..... असे निरनिराळे सुवास वातावरणात पसरत होते.

मोहनचं लक्ष वेधून घेतलं ते त्या मुलीनं.

गोमुखाजवळच्या कट्ट्यावर ती एकटीच बसली होती. तिचं तलम पातळ, हातातलं रिस्टवॉच, शेजारची पर्स...सगळ्या वस्तू ती मोठ्या घरची असल्याबद्दल ग्वाही देत होत्या.

इतरांचं ठीक आहे; ही एकटी अशा पावसाळी वातावरणात कशाला तडमडली घराबाहेर?

मरू देत! स्वत:ला स्वयंपूर्ण समजणाऱ्या स्त्रियांच्या जातीतली दिसतीय्. फार शहाण्या समजतात स्वत:ला आणि निर्जन रस्त्यावर कोणी पकडलं, की नंतर बसतात कपाळाला हात लावून!

मोहन त्या श्रीमंत व्यापाऱ्याच्या दिशेनं सरकला. व्यापाऱ्यानं केलेली हालचाल त्याच्या डोक्यात तिडीक उठवून गेली. सतत पायाला हात लावून, किंवा हात धरून भीक मागणाऱ्या पोऱ्यापासून सुटका करून घेण्याकरता आपण जसे बाजूला सरकतो, तसा मोहनकडे न पाहता तो एक पाऊल पलीकडे झाला होता.

देवळातल्या म्हाताऱ्यानं कुठून तरी मशाल पेटवली. मशालीकरता तयार केलेल्या खड्ड्यात ती खोवली. मशालीचा प्रकाश डुलतडुलत देवळात पसरला. अस्पष्ट आकृत्या स्पष्ट झाल्या.

व्यापाऱ्यानं एकदा त्रासिक नजरेनं मशालीकडे पाहिलं. एक ओझरता तुच्छ कटाक्ष मोहनकडे टाकला. पुन्हा त्याची नजर पावसात काहीतरी शोधायला लागली.

"मोती आहे का हो तो?" त्याच्या अंगठीकडे बघत, मोहननं काहीतरी सुरुवात करायची म्हणून विचारलं.

"हिरा."

मोहनशी बोलणं त्याला रुचण्यासारखं नव्हतं. फक्त आपल्या अंगठीबद्दल चौकशी झाली, म्हणून त्यानं उत्तर तरी दिलं होतं.

"दीड-दोन हजारांचा तरी असेल."

"आठ."

"फक्त आठशे?"

"हजार."

"मग आठ काय म्हणालात?"

"हा हिरा आठ हजारांचा आहे!" शेवटी स्पष्ट शब्दांत तो म्हणाला.त्या खड्याचं त्याला खरंच कौतुक वाटलं.

"कोणीकडून आलात?"

"फत्तराबाद."

"मग इकडे कुठे?"

"खर्शी."

त्याची फारशी बोलण्याची इच्छा नाही, हे लक्षात येताच मोहनला फार अवघडून गेल्यासारखं झालं. धड तिथे थांबण्यात अर्थ नव्हता, धड चटकन् निघून जाता येत नव्हतं.

उगाचच इकडे-तिकडे पाहत हळूहळू तो सटकला. चारजणांचा पुंजका होता त्या बाजूला आला.

"मंडणकडे चालला काय?"

"कोणाला विचारतोय्स?"

"कोणाला असं नाही...."

"मी हेदवीला चाललोय्."

"आणि तुम्ही?"

"मंडणला नक्कीच नाही."

मनापासून वैतागला तो. लोक सरळ बोलण्याचा सोपा मार्ग सोडून,

आठवून तिरकं का बोलतात, तेच त्याला कळेना.

त्याची आजी, तात्यांची आईपण असंच तिरकं बोलायची. नाकातले केस जळाले पाहिजेत ऐकणाऱ्याच्या!

"आजी तू, तू आज कीर्तन ऐकायला जाणार आहेस का?"

सरळ प्रश्न आहे की नाही? हो किंवा नाही, एका शब्दात उत्तर.

"तू चाळ बांधून तमाशात नाचणार असशील, तर ते पाहायला येईन!"

थोबाडीत मारल्यासारखं वाटेल नाही तर काय!

इतर दोघांनी तर त्याच्याकडे अशा नजरेनं पाहिलं, जणू त्याचा चोंबडेपणा कोणालाच आवडण्यासारखा नव्हता.

"ए...."

त्यानं आवाजाच्या दिशेनं पाहिलं. 'इंग्रजीतून विचार करणारा' साहेब त्याला हाक मारत होता.

बरं वाटलं त्याला. निदान कोणीतरी गप्पा मारायला मिळालं होतं.

प्रसन्नपणे हसत तो लगबगीनं साहेबाजवळ गेला.

"मला बोलावलंत काय?" गप्पांच्या मूडमध्ये येत त्यानं विचारलं.

"हं. ती कार दिसतीय् का?"

"लाल रंगाची?" त्यानं दाखवलेल्या दिशेनं पाहत मोहननं विचारलं.

"लाल नाही. तिच्या पुढे आहे ती. मस्टर कलरची."

"हं, दिसली. कोणाची आहे ती?"

"माझीच."

"वा! झकास आहे. ॲम्बॅसडर आहे का?"

"डी-सोटा आहे. तुला कारमधलं नाही कळायचं. उगाच माहीत असलेली नावं फेकू नकोस."

तो ओशाळला.

"त्या कारचं काय झालं?" ओढल्या स्वरात त्यानं विचारलं.

"कारचं काही नाही झालं. माझा कोट कारमध्ये राहिलाय."

"राहू द्या, नेणार नाही कोणी."

"यू फूल, त्याबद्दल नाही म्हणत मी. मला थंडी वाजतीय् अन् मला

कोट हवाय.''

त्यानं कशाकरता बोलावलं, हे लक्षात येताच मोहन खवळला.

''बरं मग?''

''आणून दे. आठ आणे देईन.''

''पाऊस नसता तर दिला असता.''

''रुपाया देईन.''

''रुपाया देण्यापेक्षा स्वत: जा की!''

''पाऊस पडतोय्.''

''असं? मग मी वॉटर-प्रुफ आहे काय?''

''तुला कपडे बदलता येतील; मला येणार नाहीत.''

मोहनचा चेहरा खरकन उतरला. कावऱ्या-बावऱ्या नजरेनं त्यानं गोमुखाजवळ बसलेल्या युवतीकडे पाहिलं. निदान वरकरणी तरी ती त्यांच्या बोलण्याकडे लक्ष नाही, असं दाखवत होती. पण तरीही ती हसू दाबत असल्यासारखी वाटली त्याला अन् स्वत:च्या अंगावरचे कपडे पारदर्शक असल्यासारखा लाजरं हसला तो.

''तुम्ही पण पाहिलंत?''

''वा! दुसऱ्यांच्या डोळ्यांदेखत करायचं, आणि वर विचारायचं, पाहिलं का म्हणून! जा....कोट घेऊन ये.''

''येत नाही!''

त्याचं स्पष्ट उत्तर साहेबाला अपेक्षित नसावं आणि त्याला नकार ऐकण्याची सवयही नसावी. रागानं लालबुंद झाला तो.

''साला गावंढळ! पण....''

''सॉरी, सर. यू हॅव मिसअन्डरस्टुड मी.'' मोहन अस्खलितपणे म्हणाला,''डोन्ट अन्डरएस्टिमेट अ स्ट्रेन्जर.''

साहेबाचा आ आश्चर्यानं वासला जात असतानाच मोहन तिथून सटकला होता.

त्यानं आपला मोर्चा तरुणीकडे वळवला आणि ती सावरून जरा शिष्ट चेहरा करून बसली.

''आता तुम्हीतरी नीट बोलणार का?'' तिच्या जवळ येताच त्यानं विचारलं. ''आणि कृपा करून 'तो' प्रकार पाहिला असलात तरी त्याचा उल्लेख करू नका.''

ती काही न बोलता स्तब्ध बसून राहिली.

''तुम्ही पण बोलत नाही.'' तो कातावून म्हणाला.

''काय संबंध?'' त्याच्याकडे न पाहताच तिनं विचारलं.

''संबंध काहीच नाही. नुसतं पावसाकडे पाहत बसण्यापेक्षा जरा गप्पा मारण्यात वेळ घालवला तर कुठे बिघडतं? पाऊस थांबला की जाईलच प्रत्येकजण आपपल्या मार्गानं!''

''मग पाऊस थांबेपर्यंत बसा की स्वस्थ!''

एक अस्सल गावरान शिवी हासडावी, असं त्याला मनापासून वाटलं; पण त्यानं तो मोह टाळला. पडलेल्या चेहऱ्यानं तो त्याच्या सामानापाशी आला.

वाशाळ म्हातारा त्याच्या सामानाला पाठ टेकवून आरामात बसला होता. त्याच्या चेहऱ्यावरच्या दाढीच्या जंजाळातूनही त्याचं मिस्कील हास्य स्पष्ट होत होतं.

''झाल्या गप्पा मारून?'' त्यानं खवचटपणानं विचारलं.

''गप्पा माणसांशी मारायच्या असतात बाबा, मारकुट्या गाईबैलांशी नाही!'' सर्वांना ऐकू जाईल अशा आवाजात मोहन म्हणाला.

''का, काय झालं?'' म्हातारा डिवचण्यात पक्का वस्ताद दिसत होता!

''दिसलं नाही का काय झालं ते? प्रत्येक बैल कसा शिंगं रोखत होता!''

म्हातारा नुसता हसला. त्याचं बोलणं सर्वांना ऐकू गेलं होतं; पण प्रत्येकजण ते आपल्यासाठी नाही, असा मख्ख चेहरा ठेवून होता.

''काय नाव तुझं?''

''मोहन.''

''मंडणहून आलास?''

''होय. आणि मुंबईला जाणार आहे.''

''असं?....केव्हा?''

''उद्या.''

''अगदी खात्री?''

''हो. पण तू असं का विचारतोय्स?''

''काही नाही. सहज.'' म्हातारा म्हणाला आणि त्यानं विषय बदलला. ''आता काय करणार आहेस?''

''काय करणार! पाऊस थांबला की....''

''झोप!''

''पण.....मला....''

''मी जागाच असतो. पाऊस थांबला की तुला उठवेन.''

''नक्की उठवाल ना? नाहीतर तुम्ही झोपा, आणि मलाही झोपवा!''

''नाही. शांतपणे झोप तू. दमला आहेस चालून आणि खूप भिजलाही आहेत.''

सल्ला मानवला मोहनला. नाहीतरी पाऊस कमी होण्याचीसुद्धा चिन्हं नव्हती. काय करणार भुतासारखं जागत बसून? त्यापेक्षा झोप झाली तर चार-दोन तासांचा पुढचा टप्पा तरी उत्साहानं पार करता येईल.

त्यानं एकदा त्या आठ पुतळ्यांकडे नजर टाकली. नंतर तो शांतपणे बेडिंगकडे वळला.

दहाव्या मिनिटाला त्याला शांत झोप लागली होती.

२

सर्वांत पहिल्यांदा त्याला काही जाणवलं असेल, तर हाडं पिचवणारी थंडी. एक शाल आणि रगात शरीर गुरफटलेलं असूनही थंडी पार पोटात शिरली होती. थंडी कमी व्हावी म्हणून त्यानं पाठीचं धनुष्य करून पाय पोटाशी घेतले आणि त्याच वेळी तो अर्धवट जागा झाला. आपण पायांची हालचाल केली का नाही, तेच त्याला आठवेना. हातानं त्यानं पाय चाचपले अन् त्याच्या लक्षात आलं, हातांनाही स्पर्शाची संवेदना झालेली नाही!

मग मात्र तो खडबडून जागा झाला. अंगावरचे पांघरूण बाजूला करत त्यानं स्वत:च्या शरीराकडे पाहिलं.

होते; सगळे अवयव होते! फक्त फरशीवर सतरंजी टाकून झोपायची सवय नसल्यामुळे शरीर बधिर झालं होतं, इतकंच. जिवात जीव आला त्याच्या.

शरीराच्या सुरक्षितपणाची उबदार भावना मनातून मेंदूपर्यंत पोचली आणि त्याचा मेंदू व्यावहारिक जगाकडे वळला.

अरे! पहाट नक्की होऊन गेली होती! अंधूकसं दिसायलाही लागलं होतं. विझत्या मशालीचे रागीट अवशेष आता नुसतेच धुमसत होते आणि पाऊस रेसभरदेखील कमी झालेला नव्हता. रात्रभर पडत होता की काय?

कोण जाणे? आग लागो त्या पावसाला!

पुन्हा पांघरूण गुरफटून त्यानं डोळे मिटले आणि त्याच क्षणी त्याला तो दबका हुंदका ऐकू आला. त्यानं फटकन डोळे उघडले. विसरलेल्या गोष्टीची अचानक आठवण व्हावी, तसे त्याला ते आठजण आठवले होते.

कोण हुंदके दाबत रडतंय?

तीच, कालची शिष्ट तरुणी. थंडी सहन होत नसावी तिला. आपल्या अंगावर दोन पांघरुणं असून आपली ही स्थिती; आठ जणांचं काय झालं असेल? त्यातल्या त्यात पोरींना सवय नसते अशी उघड्यावर पावसाळी रात्र घालवण्याची.

पण तिला असंच पाहिजे! तीच काय, एकजात आठच्या आठजण हरामखोर आहेत. काल नीट बोलले असते, तर निदान पोटाला आधारापुरती चटणी-भाकर नसती मिळाली? चार शब्द बोलायला कष्ट पडत होते साल्यांना. मरा उपाशी-तापाशी, थंडीत कुडकुडत!

नेमका त्याच वेळी तिचा आणखी एक हुंदका त्याला ऐकू आला आणि त्याला तिची दया आली.

तिचं तरी काय चुकलं म्हणा! करकरीत तिन्हीसांजेला एकटी-दुकटी देवळात अडकली. सावध राहणारच. पण म्हणून इतक्या सुंदर मुलीला रडत ठेवणं योग्य नाही.

पुन्हा एकदा अंगावरचं पांघरूण झुगारून तो उठला अन् दुसऱ्या खांबापाशी झोपलेल्या आकृतीकडे नजर जाताच तो बुचकळ्यात पडला.

सेम त्याच्या रगासारखा रग.

च्यायला! रगासारखा कुठला, त्याचाच रग होता तो!

मधेच केव्हातरी, त्याला गाढ झोप लागल्यावर त्या म्हातारड्यानं चक्क त्याच्या अंगावरचा रग काढून पांघरला होता!

तरी म्हटलं, इतकी थंडी का वाजतीय्?

म्हाताऱ्याला मनातल्या मनात शिव्या हासडत त्यानं मंडपावरून नजर फिरवली. आठच्या आठजण दिसले त्याला. स्वत:च्या कोटाकरता, एक रुपयाच्या मोबदल्यात त्याला भिजवू पाहणारा साहेब एका खांबाला मान

टेकवून कुडकुडला होता. त्याच्यासमोर हिऱ्याचा तोरा मिरवणारा व्यापारी कठड्याला मान चिटकवून पसरला होता. मान मागे करताना गळ्यावर ताण पडल्यामुळे त्याचं तोंड उघडं पडलं होतं. एरव्ही एकमेकांशी शब्ददेखील न बोलणारे चौघं गावकरी एकमेकांच्या तंगड्यांत तंगड्या घालून थंडी कमी करायच्या प्रयत्नात होते. सुगंधी द्रव्यांचा धनी पिशवीत तोंड खुपसून मुरमुसला होता. म्हाताऱ्यानं शरीराची धनुकली केली होती. आणखी थोडी जरी थंडी वाढली, तरी तो पापडासारखा कुडकुडीत होऊन जाईल, असं वाटत होतं.

ती कुठे गेली?

टोकाच्या एका खांबापाशी उभी राहून ती रस्त्याकडे तोंड करून रडत होती.

अंगाभोवती शाल लपेटून तो चालत-चालत तिच्यापर्यंत पोचला. मात्र चालताना खोकून तिच्यापर्यंत चाहूल पोचवायला विसरला नव्हता तो.

नाहीतर अचानक कोण बोललं म्हणून दचकून ती किंकाळी मारायची; बलात्काराचा प्रयत्न केला या सदराखाली हाडं मोकळी करायला सातजणं आहेतच तयार! निदान त्या साहेबानं तरी अपमानाचा सूड उगवण्याची संधी सोडली नसती.

तिनं एकदा चमकून त्याच्या दिशेनं पाहिलं. मग डोळे पुसून ती सावरली.

''घे.''

स्वतःची शाल तिच्या अंगाभोवती टाकताना ब्रह्मांड आठवले त्याला. शरीराच्या जखमेभोवती पांढऱ्या रक्तपेशींनी एकत्रित येऊन चिवट हल्ला करावा, तसे थंडीचे जंतू त्याच्या रंध्रारंध्राला भिडले होते.

आणि अशा थंडीत तलम पातळ नेसून रात्र काढली पोरीनं! काय म्हणावं हिला?

तिच्या वागण्यात संध्याकाळी जो ताठा होता, त्याचा आता मागमूसही नव्हता. तिनं गुपचुप शाल लपेटून घेतली; पण बोलली मात्र काहीच नाही. काल रात्री ज्याला आपण शिस्तीत कटवलं, तोच मदतीला आलेला पाहून लाजल्यासारखं झालं असावं तिला.

"तुझं नाव विचारू का?" कालचा अनुभव जमेस असल्यामुळे त्यानं जरासं बिचकतच विचारलं. काय घ्या, तावातावानं अंगावरची शाल भिरकावून द्यायची!

"अरुंधती."

"छान." तिच्याकडून उत्तर मिळाल्यामुळे तो म्हणाला, "माझं मोहन. आता सांग, का रडत होतीस? भूक लागलीय् का?"

तिनं नकारार्थी मान डोलावली. म्हणजे भूक लागली असणारच. काल संध्याकाळपूर्वीच तिनं केव्हा खाल्लं असेल तेच; पण त्यासाठी रडत नव्हती ती.

"घरी रागावतील का?"

"घरी?....तो घरी गेल्यानंतरचा प्रश्न आहे. मुळात घरी कसं जायचं, हा प्रश्न आहे."

पहिल्यांदाच ती इतकं लांबलचक बोलली होती आणि मुलीशी बोलण्याची सवय नसल्यामुळे एक सुंदर तरुणी आपल्याशी बोलतीय् ह्या कल्पनेनं त्याला गरगरलं. त्याचं मन शक्याशक्यतेच्या जाणिवांपलीकडे गेलं.

"का? मी हवं तर पोचवू शकतो."

"पण कसं?"

"त्यात काय अवघड आहे? मला कार चालवता येते. माझ्या या अवतारावर जाऊ नकोस तू. आमच्या घरी पण कार आहे. मी घरातून भांडून बाहेर पडलोय म्हणून...."

सोपं गणित करताना आकडेमोड चुकली म्हणून मान हलवावी, तशी तिनं जोरजोरात मान हालवली. त्यानं वाक्य अर्धवट सोडलं.

"तुझ्या लक्षात नाही आलं मोहन", समजावणीच्या स्वरात अरुंधती म्हणाली,"कार शिल्लक राहिली आणि आपण कारपर्यंत पोचलो, तरच्या गोष्टी आहेत या. समोर बघ ना!"

त्यानं झटकन मान वळवली. वेड्यासारखा पाहत राहिला तो.

एखाद्या सागरी बेटावर असल्यासारखं वाटत होतं. टेकडीचा उंच

भाग आणि रस्ता सोडला तर शेताडीत गच्च पाणी झालं होतं. साचलेलं पाणी रस्त्यापर्यंत पोचलं होतं. आणखी तासभर याच वेगात पाऊस पडत राहिला, तर कारचे टायर्स पाण्यात बुडणार होते. चार तासांत निश्चितपणे कारला जलसमाधी मिळणार होती!

"इतका पाऊस पडला रात्रीतून?" काहीतरी विचारायचं म्हणून त्यानं विचारलं; पण त्यातला निरर्थकपणा त्यालाही माहीत होता. नसता पडला तर इतकं पाणी कुठून आलं असतं? रावणाची लघुशंका होती का ती?

"खूप पाऊस पडला. मी जागीच आहे ना रात्रभर."

त्याला खूप वाईट वाटलं. एक तरुणी रात्रभर जागी होती, आणि आपण वेड्यासारखे झोपलो होतो! कदाचित ही मैत्री रात्रीच झाली असती.

गप्पा मारायला किती छान वाटतं!

"अरेऽ!" कोणीतरी खच्चून ओरडलं. दोघांनी आवाजाच्या दिशेनं वळून पाहिलं.

इंग्रजीतून विचार करणारा साहेब चक्क मराठीतून ओरडला होता.

कोल्हा रे कोल्हा!

पोटचा मुलगा मरत असताना, काहीही करणं अशक्य असलेल्या बापाप्रमाणे तो आपल्या कारकडे पाहत होता.

"नाऊ डोन्ट आस्क मी टु ब्रिंग दॅट कार हिअर!" मोहन खवचटपणे म्हणाला

"शट-अप्!" एकाच शब्दात त्यानं आपला राग व्यक्त केला. तो इतक्या जोरात ओरडला होता, की त्याच्या त्या ओरडण्यानं सगळे जागे झाले होते.

"काय झालं? काय झालं?"

"काही नाही." जणू काही सर्वांनी मिळून त्याच्या कारभोवती पाणी निर्माण केलंय्, अशा थाटात तो गुरकला. आणि तो काय करतोय ते कोणाला समजण्यापूर्वीच तो पावसाच्या धारांमध्ये तीरासारखा घुसला.

"अरे! वेडा-बिडा आहे का तो?"

"चक्रमच आहे! काय करणार कारपर्यंत पोचून? त्याच्या कारचं चाक बर्स्ट आहे."

आणि ढकलत नेली तरी काय उपयोग आहे? मागे उतार आहे. रस्ता पाण्याखाली असणार!

"च्यायला! कारसकट वाहून जाईल नाही तर!"

मोहननं खिन्नपणे हसून अरुंधतीकडे पाहिलं.

एकमेकांशी शब्दही बोलायला तयार नसलेली ही माणसं केवळ निसर्गाच्या विराट, रुद्र स्वरूपाला घाबरून एकेकांशी बोलून धीर गोळा करत होती. एकाच्या मृत्यूच्या कल्पनेनं त्यांच्यातला अबोला मिटला होता.

"त्याला टेकडी उतरण्यापासून परावृत्त केलं पाहिजं." अरुंधती मोहनच्या कानात कुजबुजली, "उतारावर खूप चिखल आहे. पाय घसरून पडला तर आपटत थेट पाण्यात जाऊन पडेल."

"बघतो मी." मोहन पुटपुटला. मंडपातून बाहेर पळाला.

"परत ये!"

ती हाकच अशी जबरदस्त होती, की मोहनची पावलं जागच्या जागी खिळली. आवाजातल्या हुकमतीनं त्याला परत यायला लावलं.

देवळातला म्हातारा होता तो!

"बाबा....!" मोहन आश्चर्यानं उद्गारला. म्हाताऱ्यानं आपल्याला इतकं का परावृत्त करावं, त्याला समजेना.

"त्याला आणायला जाण्याची गरज नाही. तो परत येईल."

"आणि पाण्याच्या ओढीनं वाहून गेला तर?"

"जात नाही! तो इथेच परत येईल!"

बाबाच्या आवाजात जबरदस्त आत्मविश्वास होता. त्याला साहेबाबद्दल इतकी खात्री का वाटावी,ते सांगता येत नव्हतं; पण मोहननं जाण्याचा विचार रद्द केला एवढं मात्र खरं.

झालं! साहेब मरत नाही! एकमेकांशी बोलण्याचं कारणच संपलं! तो मेला असता तर त्याच्या भयाण मृत्यूबद्दल गप्पा मारता आल्या असत्या. अशाच पद्धतीनं आपल्या पाहण्यात, ऐकण्यात कोण बुडून मेलं, ते रंगवून

सांगता आलं असतं.

साहेबाच्या मृत्यूबद्दल थोडीशी आशा होती, नाही म्हणायला. अजून तो परत आला नव्हता. त्याला जाऊन पंधरा तरी मिनिटं झाली होती. अजून तो दिसत नव्हता. कारपर्यंत पोचला असता तरी दिसला असता.

''पोचला!''

बोलणाऱ्याची दखल घेऊन सर्वांनी कारच्या दिशेनं पाहिलं. साहेब खरोखरच कारपर्यंत पोचला होता. त्याच्या हालचालीवर पावसाच्या धारांचे आणि धुक्याचे पडदे होते; पण तरीही प्रत्येकाचं लक्ष तिकडेच होतं.

काही क्षण तो डिकीच्या दरवाजाआड गुप्त झाला. पुन्हा दिसायला लागला. त्याच्या हालचालीत आता एक प्रकारचा जडपणा जाणवत होता.

आपल्याकडे सर्वांचं लक्ष असणार, ह्याची त्याला कल्पना असावी. हातवारे करून तो मदतीकरता कोणाला तरी खुणेनं बोलवत होता.

मोहननं अपेक्षेनं बाबाकडे पाहिलं. म्हाताऱ्याच्या चेहऱ्यावर गूढ हास्य पसरलं. त्यानं मोहनला खूण केली.

''त्याला मदत कर. पण मदतीच्या बदल्यात त्याची सिगारेटसुद्धा घेऊ नकोस.''

''का?'' मोहननं जरा तडकून विचारलं.

म्हाताऱ्याच्या स्वरातली हुकमत त्याला खटकली होती. लाचारीनं काल भाकरी मागणारा म्हातारा हाच का, असा संभ्रम पडावा इतका फॅन्टास्टिक बदलला होता तो.

''कळेल तुला.'' तुटक स्वरात म्हातारा म्हणाला.

नंतर बघता येईल, असा विचार करून मोहन तिथून सटकला.

उतरण उतरताना प्रत्येक पाऊल विचार करून टाकावं लागत होतं; तरीही पाय निसटत होताच. दोन-चार फुटांचा प्रवास काहीही हालचाल न करता होत होता.

दहा मिनिटांत उतरण उतरून तो पाण्यापर्यंत आला आणि त्याला तो साहेब बराच स्पष्ट दिसला.

''तिकडूऽन....तिकडू ऽऽ न....पाणी खोल नाही तिथे. खडक आहेत.''

कोणी मदतीला आल्याचं पाहून तो आनंदानं ओरडला.

मोहननं हसून मान हलवली आणि चक्क पाण्याच्या वेगात सूर झोकला! पाणी चांगलंच खोल होतं. पाण्याला पुराची ओढ होती. पाचोळ्यासारखा प्रवाहाबरोबर फेकला गेला तो. त्याला तसा वाहत जाताना पाहून साहेब एखाद्या आदिमानवासारखे हेल काढून ओरडला. रस्त्यानं घोटाभर पाण्यातून त्याच्या दिशेनं समांतर पळायला लागला.

मोहनला खरंतर जाम हसू येत होतं. त्याचं ते ओरडणं....दडादडा पळणं....चेहऱ्यावरचे भाव....हसू येण्यासारखंच होतं सगळ. मोहन शक्यतो त्याच्याकडे पाहण्याचं टाळत होता. फस्‌दिशी हसायला आणि तोंडावरून एखादा लोंढा जायला एकच गाठ पडली असती, तर कठीण होतं.

पुराच्या पाण्याची त्याला कधीच भीती वाटली नव्हती. वयाच्या सातव्या वर्षी त्यानं पुरानं दुथडी भरून वाहणारी, फेसाळलेली पाताळगंगा पार केली होती! त्या वेळी एकदाच भोवऱ्याकडे ओढला जाताना तो गर्भगळित झाला होता; पण त्यानंतर नाही कधी. भोवऱ्याचा छेद घेणं हे तर त्याचं खास कसब.

जोरदार प्रवाहातून पैलतीर गाठताना कधीही प्रवाहाला आडवा किंवा उलटा छेद घ्यायचा नसतो. म्हणूनच तो प्रवाहाबरोबर पोहत तिरपा छेद घेत होता. आणि त्याचा कंट्रोल गेला असं समजून आदिमानवसाहेब किंचाळला होता!

अर्थात, साहेबाला मोहनच्या जगण्या-वाचण्याचं सोयरसुतक नव्हतं. तो मेला असता तर त्याची मदत गेली असती, म्हणून तो निराशेनं ओरडला होता. मोहनला ह्याची पूर्ण जाणीव होती.

तो रस्त्यावर आला तेव्हा साहेबानं अविश्वासानं त्याचं निरीक्षण केलं. त्याला संपूर्ण आलेला पाहून त्याला आश्चर्य वाटलं होतं.

"मी....मला वाटलं, आता तू वाहून गेलास!" सलगीच्या स्वरात साहेब म्हणाला.

"नाही गेलो. बोला, काम बोला!" पहिल्या वेळच्या संवादात जो तुटकपणा साहेबाच्या आवाजात होता, एक्झॅक्टली, तोच आता मोहनच्या

आवाजात होता.

साहेबाची जरा निराशा झाली. त्याला त्या स्वराचा रागही आला असेल; पण त्याच्याच वागणुकीचा परिणाम होता तो. आणि या क्षणी त्याला गरज होती.

मोहनला घेऊन तो कारपर्यंत आला. निम्मी टायर्स पाण्यात होती. उघडलेल्या डिकीत एक अडीच बाय दीडची दणकट लोखंडी पेटारावजा ट्रंक होती. बाहेरून मजबूत कुलूप होतं.

''बघ बरं, तुला उचलते का!''

च्यायला! मरायला टेकला तरी पैशाचा माज जाणार नाही! आता हा पाच रुपयांची लालूच दाखवून ट्रंक ने म्हणणार!

''काय आहे?''

''ट्रंक!''

''ते मलाही दिसतंय. आत काय आहे?''

''तसं काही विशेष नाही.''

''मग कशाला जिवावर उदार होऊन आलात?''

''हे बघ.'' त्याचा स्पष्टवक्तेपणा सहन न होऊन साहेब म्हणाला. ''हे देवळापर्यंत नेण्याकरता मी दहा रुपये मोजणार आहे!''

''गावठी साहेब,'' त्याचा पार कचरा करत मोहन म्हणाला,''आपण भ्रमात आहात! तुमच्या दहा-वीस रुपड्यांकरता मी हमाली करणार आहे, असं ठामपणे गृहीत धरून तुम्ही बोलताय्!''

''म्हणजे?...तू हे नेणार नाहीस?''

''मी नाही; हे आपण नेणार होतो. मी तुम्हाला मदत करायच्या हेतूनं आलो होतो. या वेळी तुम्ही जे तारे तोडलेत, ते मी दहा रुपये कबूल केल्यानंतर तोडले असते, तर ते सकारण होतं. पण आधीच शहाणपणा करून तुम्ही मदत घालवली आहे.''

मोहन त्याच्याकडे पाठ करून चक्क चालायला लागला, तसा तो हताश झाला. मग एकदम खवळून त्याच्या मागोमाग धावला. मोहनचे दोन्ही खांदे धरून त्यानं त्याला दात-ओठ खाऊन गदागदा हलवलं.

"बोल....बोल. तुला किती हवेत?" तारस्वरात त्यानं विचारलं.

"मला मदतच करायची नाही तर!" त्याचे हात झटकत मोहन म्हणाला.

"थांब....थांब, असं करू नकोस!" तो काकुळतीला येऊन म्हणाला, तसा मोहन थांबला.

"हे बघ साहेबा, परत मला पैशाचा तोरा दाखवायचा नाही तरच; मी मदत करीन. नसता शहाणपणा दाखवलास, तर तुझी ती पेटी तुझ्यासकट प्रवाहात देईन भिरकावून!"

"नको!" तो झटकन उत्तरला.

"पेटीत काय आहे?"

"नोटा."

"किती?"

"दोन लाख."

"पन्नास हजार माझे."

"छे! पन्नास रुपये दिले तर...."

"साहेब, पैशाचा तोरा!"

"उचल एकदाचा!"

"पन्नास हजार कबूल?"

"कबूल."

"चल, मी सांगतो तसं कर."

"म्हणजे तू मलाच कामाला जुंपणार!"

"अर्थात! मी फक्त मदत करणार."

"ठीक आहे. काय करू?"

"कारचं कोणतं टायर बर्स्ट आहे?"

"ते."

"काढ. ते नको. चांगलं काढ."

"वेळ लागेल."

"मग मी काय करू?"

"निदान जॅक लावायला तरी मदत करशील?"

"ओह, येस! शुअर!"

दहा-पाच मिनिटांत दोघांनी मिळून कारचं टायर काढलं. तोपर्यंत साहेब चांगलाच घामाघूम झालेला होता. मोहननं 'गोष्टी सांगेन युक्तीच्या चार!'' या धोरणात बदल केलेला नसल्यामुळे तो ताजातवाना होता.

"तू कर की काहीतरी!'' काढलेल्या टायरवरच बसकण मारून रडक्या स्वरात साहेब म्हणाला.

"ज्या कामांत डोकं वापरण्याची आवश्यकता नाही, ती तू कर.''

"सगळंच ताकदीचं काम आहे, डोकं कशाला वापरायचं आहे?''

"असं? मग सांग बरं, कशी नेशील पेटी?''

तो गोंधळून गेला. ज्या अर्थी टायर काढला होता. त्या अर्थी टायरचा काहीतरी उपयोग करायचा होता. पण कसा ते त्याला माहीत नव्हतं.

"बरं-बरं, आटप लवकर.'' वैतागून तो म्हणाला.

"तुझ्या कारमध्ये रोप आहे?''

"नाही.''

"किल्ल्या दे.''

त्यानं निमूटपणे किल्ल्यांचा जुडगा मोहनच्या हातात दिला.

झपाझप चालत मोहन अरुंधतीच्या कारपर्यंत आला. बाहेरच्या गारव्यानं काचांवर आतूनसुद्धा दव सांडलं होतं. काहीच दिसत नव्हतं.

साहेबाच्या कारच्या दरवाजाच्या किल्ल्या त्यानं ट्राय करून पाहिल्या. शेवटी कारचा दरवाजा उघडला, तो ग्लोव्ह्ज कंपार्टमेन्टच्या किल्लीनं!

सुस्कारा सोडत त्यानं दरवाजा उघडला. आत मुंडकं घातलं.

क्षणभर तो स्तब्ध राहिला. नंतर त्यानं ड्रायव्हिंग कंपार्टमेन्टच्या तळाशी पडलेला प्रचंड रोप उचलला. शांतपणे रोप बाहेर काढला. दरवाजा परत लॉक केला. एकदा त्याच्या कारकडे ओझरता कटाक्ष टाकून तो रोप घेऊन साहेबाकडे आला.

"आता काय करू?''

"नॉटी नॉट जमते तुला?''

"नाही."

"वाटलंच. म्हणूनच सांगत नव्हतो." रोपाचं वेटोळं पाण्यात उलगडत मोहन कुत्सितपणे म्हणाला, "ती ट्रंक बाहेर घे."

चडफडत त्यानं ट्रंकेला हात घातला. ट्रंक बाहेर काढताना त्याची पावलं दारुड्यासारखी लटपटत होती.

"ठेव त्या टायरवर." रोपची गाठ मारून टायर पाण्यावर सोडत मोहन म्हणाला, "कालपासूनचा आगाऊपणा नडला तुला. नाहीतर केवळ मदत म्हणून ही सगळी कामं मी केली असती."

काही न बोलता त्यानं ती पेटी टायरवर ठेवली. पेटीच्या वजनाचा टायरवर काहीही परिणाम झालेला नाही, हे पाहून मोहननं समाधानानं मान डोलावली.

"बैस बरं पेटीवर!"

"मी?"

"दुसरं दिसतंय् का कोणी?"

"च्यायला! सारखा वाकडं काय बोलतो?" पेटीवर बसत साहेबानं विचारलं.

मोहनचं त्याच्या कुरकुरण्याकडे लक्षच नव्हतं. साहेबाच्या वजनानं पाणी किती वरपर्यंत येतंय हे पाहण्यात तो दंग होता. झाकणापर्यंत नक्की येणार नव्हतं, टायरच थोडासा वर राहत होता.

"आता मी पलीकडे जातो."

"आणि मी?"

"तू प्रवाहापर्यंत ये. टायर अडवून उभा रहा. दोरी माझ्याकडे फेक. हे जमू शकेल ना?"

"हो."

"हं. म्हणूनच सांगितलं तुला. दोर तिकडे आला की मी तुला ओढून घेईन."

"ओ.के." काम होतंयसं लक्षात येताच त्याच्यातला इंग्रजीपणा जागा झाला.

मोहननं तिरपा सूर मारला.या वेळी मात्र साहेब आदिमानवासारखा ओरडला नाही.

मोहन पंचवीस-तीस फुटांवर तिरका पलीकडे लागला. चालत मागे आला. खुणेनंच त्यानं साहेबाला दोर फेकायला सांगितला.

साहेबानं टायर ढकलत प्रवाहापर्यंत आणलं. दोन्ही गुडघ्यांनी टायर अडवलं. गरगरा-गरगरा दोरी फिरवली. हिसका देऊन फेकली.

ओरडायलासुद्धा वेळ मिळाला नाही मोहनला. त्याचा हिसका देण्याची पद्धतच बोंब मारत होती, की तो पडणार!

दोर पाण्यावर, साहेब आडवा.

टायर लागला प्रवाहाला!

त्याच्या नावानं शिव्या हासडत मोहननं सूर मारला. सपासप पाणी कापत टायर पकडला.

साहेब आपला घाबरा-घुबरा होऊन पाण्याशी मारामारी करत येतोय् वाहत.

मोहननं त्याच्या दिशेनं दोर भिरकावला.

''पक ऽऽड!''

तेवढं मात्र ऐकलं त्यानं. दोर धरून तो वाहत राहिला. आता दोराला ताण बसला की टायरला हिसका बसणार! मोहननं टायरजवळ दोर धरला. तो सरळ तिरपा पोहायला लागला.

दहाव्या मिनिटाला तो त्या दिव्यातून पार पडला. टायरसकट तो प्रवाहातून बाहेर आला होता. साहेब दोरीच्या आधाराला टांगला होता. हळू-हळू दोरी खेचून घेताच तो बाहेर आला.

''नमस्कारऽर साहेब!'' त्याला दोन्ही हात जोडत मोहन म्हणाला,''दोरी ओढायला तुमच्या अंगात त्राण नसतीलच!''

साहेबानं अगतिकपणे मान हलवली.

''ठीक आहे. जमेल तेवढा जोर लावून टायर रेटा. मी दोर ओढतो.''

गुळगुळीत चिखलातून टायर ओढायला सोपा जात होता; पण पाय घसरत होते. वर पोचेपर्यंत साहेब सहा वेळा चिखलात लोळला होता.

ती वरात वर आली. सर्वांनी उत्सुकतेनं त्यांच्याकडं पाहिलं.

"आलास?" मोहनकडे पाहून हसत अरुंधतीनं विचारलं.

"का, तुला काय वाटलं, येत नाही?" पावसांच्या धारांपासून सुटका करून घेत त्यानं विचारलं.

"तसं नाही रे! पाऊस आपला वाढतोच आहे!....तुम्ही दिसायला तयार नाही!....पाणी इंचा-इंचानं वरच चढतंय!....काळजी वाटत होती."

अंगातला शर्ट आणि बनियन काढून त्यानं पिळला. तिनं प्रेमळ नजरेनं त्याच्याकडे पाहत हात पुढे केला. त्यानं तिच्या हातात पिळे दिले. तिनं ते कठड्यावर वाळत टाकले.

पाच मिनिटं विश्रांती घेतल्यावर साहेब फ्रेश झाला असावा. रुबाबात चालत तो मोहनजवळ आला. त्यानं खिशातून चामड्याचं पाकीट काढलं.

"वॉटर-प्रूफ आहे हे." कोडगेपणानं हसत तो म्हणाला.

"बरं, मग?"

"आतल्या नोटा भिजलेल्या नाहीत."

"ठीक आहे; पण संदर्भ माझ्या लक्षात आला नाही."

हा वेळपर्यंत लोक रस घेऊन त्यांचं संभाषण ऐकायला लागले होते.

"अरे! तू माझी ट्रंक आणायला मला मदत केलीस. मी बुडत असताना मला वाचवलंस....फूल ना फुलाची पाकळी म्हणून मी पाकिटातले तीनशे रुपये तुला पाकिटासकट देतो!....घे!"

लोक साहेबाकडे आदरानं पाहत होते.

मोहन....

त्यानं कसलाही विचार न करता कचकन एकच साहेबाच्या कानसुलात वाजवली होती!

म्हातारा जोरजोरात हसायला लागला.

त्याचं हसणं कटकन तुटलं

अरुंधती जिवाच्या आकांतानं ओरडली होती!

कशाला घाबरली होती इतकी, कोणास ठाऊक!

◆◆◆

३

आधी कोणाला सिक्वेन्सच लागेना !

साहेब, त्याला केलेल्या मदतीबद्दल या तरुणाला पाकिटासकट तीनशे रुपये देऊ करतो; तर हा वेडा तरुण फाडकन त्याच्या कानफटीत मारतो! आता साहेबाच्या कानफटीत बसली, त्यात त्या म्हाताऱ्याला जोरजोरात हसायला काय झालं? आणि त्याचं हसणं मान्य केलं एक वेळ, गंमत वाटली असेल त्याला; पण या पोरीला जिवाच्या आकांतानं ओरडण्यासारखी घटना का वाटावी ती? आहे, काहीतरी भानगड आहे. अगदीच निरस जाणार नाही तर वेळ!

आता काहीतरी घडेल या अपेक्षेनं लोक घुटमळत होते. साहेब शिव्या देईल, त्याचं आणि या वेड्या तरुणाचं भांडण होईल, त्यांच्यात मारामारी होईल.

काहीच झालं नाही. साहेबानं पेटारा उरीपोटी उचलून मंदिरात आणून ठेवला. तो भक्कमपणे त्यावर बसून राहिला. घडणाऱ्या घटनांचा आणि आपला संबंध नाही, अशा थाटात ती तरुणी एका कोपऱ्यात जाऊन बसली.

"आता समजलं, मी तसं का म्हणालो होतो?" मोहनला बाजूला घेत म्हाताऱ्यानं विचारलं.

मोहननं साहेबाकडे पाहत विषादानं मान डोलावली.

“त्यानं काय केलं माहितीय तुला?” बाजूला जाताच मोहननं म्हाताऱ्याला विचारलं.

“काय? त्या पेटीतल्या धनाचा वाटा द्यायचं कबूल करून नंतर नामानिराळा झाला. असंच ना?”

“हं, पण तुला कसं कळलं हे?”

“बऱ्याच गोष्टी कळायच्या आहेत तुला अजून.” नेहमीचं गूढ हास्य हसत म्हातारा म्हणाला,“काल रात्री तुटकपणे वागले ना हे सगळे? आज संध्याकाळी तुझ्या पाया पडत येतील बघ!”

“संध्याकाळी?....म्हणजे तोपर्यंत थांबवतोस काय मला तू?” मोहननं चमकून विचारलं.

“तू कोण जाणार?....आणि मी तरी कोण तुला थांबवणार?” विचारताना म्हाताऱ्याच्या सुरकुतलेल्या गालांवर हास्य पसरलं. “आठवतंय्, तू काल झोपायला तयार नव्हतास. पाऊस थांबला की चालायला लागणार होतास, मी अडवलं तुला.”

“नाही, पण पाऊस थांबला नाही त्याला कोण काय करणार?”

“मग, आज थांबेलसं वाटतंय?खात्री देतोस?वेड्या,तुझ्या जाण्याबद्दल तू काहीही निश्चित सांगू शकत नाहीस. तुझं जाणं पावसावर अवलंबून! आणि पावसाच्या येण्याजाण्याबद्दल कशी खात्री देतोस तू?”

“म्हणजे, तुझ्या मते हा पाऊस लवकर थांबणार नाही?”

“थांबेल! लौकरच थांबेल!” भयाण स्वरात म्हातारा म्हणाला. मोहन कोड्यात पडल्यासारखा त्याच्या तोंडाकडे पाहत राहिला.

पावसाबद्दलचा अंदाज सांगतानादेखील तो असा विचित्र का बोलत होता, हे कळायला मार्ग नव्हता; पण त्याच्या आवाजानं सर्वांनाच एक प्रकारची धडकी बसली होती. जणू तो विश्वलयाचं भविष्य वर्तवत होता!

“बाबा, हा प्रकार सातेरं तर नाही?” चमकून मोहननं विचारलं.

सातेरं म्हणताच सगळे पुन्हा एकदा टरकले. सात दिवस-रात्र असा भुतासारखा पाऊस कोसळत राहिला, तर सातव्या दिवशी नक्की आपले मृतदेह मंदिरात आलेल्या पाण्यावर तरंगणार!

म्हातारा काय उत्तर देतो, इकडे सगळ्यांचं लक्ष लागलं होतं. तो सरळ उठला.लांबच्या कोपऱ्यातला कठडा गाठून पाय हलवत बसला. आपल्या विचित्र वागण्यानं ते आणखी निराश झाले,तर पर्वा नव्हती त्याला. उलट,त्यांना आणखी गर्भगळित करायचा चंगच बांधला होता त्यानं.

"मोहन," त्यानं खड्या आवाजात हाक मारली. देवळात आवाज घुमला. "काल रात्री तुला काही जाणवलं का रे?"

"रात्री नाही; पण पहाटे जाणवलं."

"काय?"

"तू माझ्या अंगावरचा रग ओरबाडून काढला होतास!"

मोहनला आपल्या प्रश्नाचा रोख समजलेला नाही,हे लक्षात येताच म्हातारा खदखदून हसला.

"हसतोस काय? पहाटे थंडीत कुडकुडलो ना मी!" चिडून मोहन म्हणाला.

"हॅ! अगदीच क्षुल्लक गोष्ट आहे ती. तुला एक शाल तरी होती. या आठजणांचं काय झालं असेल?" म्हाताऱ्यानं चेष्टेच्या स्वरात विचारलं आणि नंतर उपदेशकाचा आव आणला. "तू उघड्या जगात वावरायला निघालाय्स मोहन. आता आई-बापाचं छत्र नाही तुझ्या डोक्यावर. सगळ्या गोष्टींची सवय पाहिजे माणसाला."

"मग तू का नाही कुडकुडत रात्र काढलीस?"

"तुला नवीन अनुभव मिळावा म्हणून!" कोडगेपणानं हसत म्हातारा म्हणाला.

मोहन नुसताच गुरगुरला. दुसरं काय करणं हातात होतं त्याच्या? रात्र तर गेली होती. आजची रात्र थांबावं लागलं तर म्हातारा रग घेऊ शकणार नाही, ह्याची खबरदारी घेता येणार होती. पण ते पुढचं पुढं.

"खरंच मोहन, तुला काही जाणवलं नाही?" त्यानं पुन्हा गंभीर स्वरात विचारलं. त्याच्या विचारण्यात काहीतरी निराळं आहे,हे सर्वांच्या लक्षात आलं. सगळे धास्तावले.

आता काय आणखी नवीन?

"नाही. कशाबद्दल म्हणतोस तू?" गंभीर होत मोहननं विचारलं.

"तुला अरुंधती? जागीच होतीस ना रात्रभर तू?"

"हो. पण काहीच जाणवलं नाही. कशाबद्दल म्हणताय तुम्ही?"

"तुम्हाला कोणाला काही जाणवलं?"

सगळ्यांनी कोरड्या पडलेल्या ओठांवरनं जिभा फिरवत नकारार्थी माना हालवल्या.

"मग आज जाणवेल!"

सगळ्यांचा जीव टांगणीला! काय जाणवेल? हा थेरडा असा कोड्यात का बोलतो? मारून टाकेल कोणालातरी असं घाबरवून!

"तुला काय जाणवलं बाबा?" न राहवून मोहननं विचारलं.

"मला आता सवय झाली त्याची!"

"हे बघ," शेवटी तडकून मोहन ओरडला, "बोलायचं असेल तर नीट बोल. असं अर्धवट, कोड्यात बोललास ना पुन्हा, तर दात तोडून हातावर ठेवीन!"

"तेही शक्य नाही तुला!" जागचा उठत म्हातारा म्हणाला. तोंडात हात घालून त्यानं दाताच्या कवळ्या काढून स्वत:च्या हातावर ठेवल्या. तोंडाचं बोळकं करून तो मिस्कीलपणे हसला.

मोहनचा चेहरा पाहण्यासारखा झाला होता!

"बाबा," अरुंधती रडवेल्या स्वरात म्हणाली, "हवंतर मी पाया पडते तुमच्या! काय ते नीट सांगा. जीव असा टांगणीला नका लावू! काही भुता-खेताचा प्रकार आहे का?"

बाबाच्या चेहऱ्यावर पुन्हा डोक्यात तिडीक उठवणारं हास्य पसरलं. "अरू, महादेवाचं देऊळ म्हटलं की तिथे भुतं आलीच!"

अरुंधतीचा चेहरा भीतीनं पांढराफटक पडला. इतरांची स्थिती तिच्याहून फारशी निराळी नव्हती. व्यापारी पटकन् 'आडोशाला' पळाला होता. साहेब पेटीवर गच्च बसला होता. मोहनचा चेहरा मात्र कोरा होता. त्याच्याकडे पाहून त्याच्या मनात काय चाललं आहे, हे कळायला मार्ग नव्हता.

तो शांतपणे चालत म्हाताऱ्याजवळ आला. त्यानं म्हाताऱ्याची गचांडी

धरली. आपली भेदक नजर म्हाताऱ्याच्या नजरेत रोखली.

"पुन्हा जर उगाच घाबरवण्याचा प्रयत्न केलास, तर जीभ हासडून देईन!" त्याला मागे ढकलत मोहन शांतपणे म्हणाला. म्हातारा पडता पडता सावरला; पण भीतीचं कोणतंच चिन्ह त्याच्या चेहऱ्यावर नव्हतं.

"दात पाडणं शक्य नाही म्हटल्यावर जिभेवर आलास का? हरकत नाही. पण मी खोटं सांगितलेलं नाही. या मंदिरात अतृप्त आत्म्यांचा मुक्त वावर आहे. मला आतासुद्धा कितीतरी दिसतायत्. दोन सूक्ष्म देह त्या साहेबाच्या शेजारी बसलेत! चार सूक्ष्म देह...."

साहेबानं किंकाळी मारून चक्क जमिनीवर सूर मारला आणि बाबानं वाक्य सोडून दिलं.

जमिनीवर पडून साहेब चांगला सात-आठ फूट घरंगळला होता. फुटलेल्या नाकातून ओघळलेली रक्ताची धार फरशीवर लांबलचक फरफटली होती.

म्हाताऱ्याच्या व्रात्यपणामुळे मोहन चांगलाच खवळला होता; पण आता बोलण्याची वेळ नव्हती. तिरिमिरी आलेल्या साहेबाला कांदा हुंगवणं महत्त्वाचं होतं.

त्यानं आपल्या सामानातून एक कांदा काढला. ठचूकन् फोडला. उताणं केलेल्या साहेबाच्या नाकापाशी धरला.

दोन-तीन मिनिटांत तो व्यवस्थित शुद्धीवर आला. शुद्धीवर येताच त्यानं पाहिली गोष्ट काय केली असेल तर मोहनच्या हातातून कांदा हिसकावून घेतला. "थँक यू. फार भूक लागली होती!" असं म्हणून कांदा करकरा खायला सुरुवात केली!

मोहन तोंडाचा आ वासून त्याच्या रानटीपणाकडे पाहत राहिला.

कांदा खाऊन होताच त्यानं हात पुसले. नाकाचं रक्त पुसलं. तरातरा चालत तो पेटीकडे गेला. पेटीपासून दोन हात अंतरावर थबकला.

"पेटीवर कोणी आहे का?" त्यानं म्हाताऱ्याकडे पाहून विचारलं

"नाही. ते आता दीपमाळेवर बसलेत."

तो झपाटल्यासारखा खाली वाकला. फराफरा पेटी ओढायला लागला.

"एऽ साहेब...कुठे चालला?" त्याला अडवत मोहननं विचारलं.

"जातो!"

"जाऊ दे मोहन त्याला!....तो परत येईल!"

च्यायला! काहीही असो; म्हाताऱ्याचं काही ना काही आहेच त्यावर!

"परत कसला येतो? बाहेर पाणी पाहिलं का किती झालंय् ते? पेटी उरावर घेऊन तडमडला तर थेट शेताडीच्या तळाला जाऊन पडेल तो!"

पाण्याचं नाव निघताच साहेब थबकला. त्यानं एकदा रस्त्याकडे नजर टाकली, त्याच्यात पुन्हा एकदा आदिमानव संचारला!

दोन्ही मोटारींतून खळखळा पाणी वाहत होतं!

हताशपणे त्यानं पुन्हा पेटी आत आणली. दणूकन जमिनीवर आपटली. तो पेटीवरच डोळे झाकून बसला.

"तुला अजून खोटं वाटतं?" म्हाताऱ्यानं विचारलं. मघाचा विषय सोडायला तो काही केल्या तयार नव्हता.

"मला तुझे ते अतृप्त आत्मे दिसलेले नाही अजून." तुटक स्वरात मोहन म्हणाला.

"दिसतील. सगळ्यांनाच जाणवेल ते! कदाचित दिवसासुद्धा दिसतील!"

कोणीही हबकेल असंच बोलणं होतं त्याचं आणि अगदी सहजपणे बोलत होता तो.

"ठीक आहे. दिसतील तेव्हा बघता येईल." इतरांना धीर देत मोहन म्हणाला,"आता मला भूक लागलीय. तुम्हाला कोणाला खायचं आहे का?"

त्याच्या त्या प्रश्नानं सर्वांचेच चेहरे उजळले. मनात तयार झालेलं भयाण वातावरण साफ निवळलं. इतका वेळपर्यंत न जाणवलेली भुकेची तीव्रता सगळ्यांनाच जाणवली.

थोडेथोडके नाही, दुपारचे दोन वाजून गेले होते!

"भूक तर लागलीय्. पण....काय खायचं?" अरुंधतीनं विचारलं.

"माझ्याजवळ शिदोरी आहे."

"आण!" एकजण आशाळभूतपणे ओरडला.

"हे बघा," मोहन समजावणीच्या सुरात म्हणाला,"आत्ता आपण

शिदोरी संपवली तर आपली पोटं भरण्याइतकं अन्न नक्की आहे; पण पावसाचं काहीच निश्चित सांगता येत नाही. पाणी ओसरेपर्यंत आपल्याला सर्वांनाच या देवळात राहावं लागणार आहे. आत्ता सगळं संपवण्यापेक्षा आपण हे पुरवून खाऊ..''

''आणि आम्हाला झोपा लागल्यावर तू सगळं खाल्लंस तर?''

विचारणाऱ्याच्या एक कानसुलात वाजवावीशी वाटली मोहनला. त्याच्या मालकीचं अन्न तो त्यांना देणार होता, जगवणार होता आणि हा साला त्यालाच अविश्वासाच्या चष्म्यातून पाहत होता.

''मी शिदोरी अरुंधतीच्या ताब्यात देतो. मग तर झालं?'' राग दाबत त्यानं विचारलं.

''मग, ती खाईल!''

संतापाची एक लाट त्याच्या मेंदूपर्यंत सरकली.

माणसं आहेत का जनावरं? भाकरीच्या चार तुकड्यांकरतादेखील विश्वास ठेवत नाहीत ही एकमेकांवर!

''त्यापेक्षा असं केलं तर?''

''कसं?''

''अन्न पुरवणं बायकांना जमतं. या मुलीने वाटे करावेत. उरलेली शिदोरी आपण देवळाच्या मध्यभागी ठेवू; म्हणजे प्रत्येकालाच लक्ष ठेवता येईल.''

शी! माणसं नाहीतच ही. जनावरंच. आहार, निद्रा, भय आणि मैथुन या चारांपलीकडे ज्यांना काही जगच नाही, त्यांच्यात आणि पशूंच्यात काय फरक?

पशूंचीच लक्षणं ना ही?

एक प्रकारच्या उदासीनतेनंच त्यानं शिदोरी आणली. अरुंधतीच्या स्वाधीन केली.

''मोहन,'' इतका वेळ त्या प्रकारात भाग न घेता गप्प बसलेला म्हातारा म्हणाला,''कशाला त्यांना तुझ्या तोंडचा घास देतोस?''

अगगग! सगळे फक्त त्याला मारायला धावले नाहीत, इतकंच!

शिदोरी हाताशी आलेली नसती, तर तेही करायला मागे-पुढे पाहिलं नसतं त्यांनी. केवळ वीस-पंचवीस तासांच्या क्षुधेनं रानटी बनवलं होतं त्यांना!

"त्याला द्यायचं का खायला?" वाटे करायला सुरुवात करताना अरुंधतीनं विचारलं.

"कोणाला?....म्हाताऱ्याला? का, त्याला भूक लागली नसेल का?" मोहननं उलटा प्रश्न केला. त्यातच उत्तर आलं होतं.

लहान पोरांचा भातकुलीचा खेळ पाहावा, तसा म्हातारा कौतुकानं हसला.

ती वाटे करत असताना प्रत्येकाचं लक्ष तिच्या हातांवर खिळलं होतं. तीही अगदी काटेकोरपणे समान भाग करत होती. तिनं एक वाटा उचलला. मोहनच्या हातात दिला.

"हं. त्याला दे तिकडेच."

मोहन त्यावर काहीतरी खरमरीत उत्तर देणार होता; पण तिची काहीच चूक नव्हती. निदान खाताना म्हाताऱ्याच्या अंगाचा आणि केसांचा घाणेरडा वास त्यालाही नको होता.

सर्वजण स्वतःच्या वाट्यावर तुटून पडले. आणि त्याच वेळी ती विचित्र घटना घडली. कुठूनसं एक कुत्रं अचानक देवळात घुसलं. नुसतं माजलेलं होतं ते. काळा तुकतुकीत रंग. चमकदार तांबडे डोळे. दाताचे सुळे लवलवतायत. वीतभर जीभ अक्राळ-विक्राळ लोंबतीय.

कुठून आलं हे? पाण्यातून पोहत तर नक्कीच आलं नव्हतं. ओलसरपणा नावाला नव्हता कुठे! म्हणजे देवळातच कुठेतरी असलं पाहिजे. मग वीस तासांत कसं नाही दिसलं?

सर्वांच्या संशयी नजरा कुत्र्यावर खिळल्या.

म्हातारा म्हणत होता ते खरं तर नसेल?

अगगग!!

"ए हा ऽ ऽ ड!....हा ऽ ऽ ड!" भुताच्या कल्पनेनं घाबरून साहेब प्राणपणानं ओरडला आणि त्याच्या ओरडण्याचा उलटाच परिणाम झाला.

कुत्रं थेट साहेबासमोर येऊन उभं राहिलं!

साहेबाचा आवाज बंद! तो डोळ्यांत प्राण आणून कुत्र्याकडे पहायला लागला. कुत्रं आपलं गल्लीतल्या दादासारखं साहेबाकडं रोखून पाहत होतं.

बाकीचे हादरून केव्हाच बाजूला झाले होते. प्रत्येकाच्या मनात धाकधूक. कुत्र्यानं भाकरीच्या चवडीवर हल्ला केला तर? हं, साहेबाला चावून परत गेले तर हरकत नाही!

कुत्र्यानं शांतपणे आपले पंजे साहेबाच्या मांडीवर ठेवले आणि, आणि साहेबानं जोरात किंकाळी फोडली.

''ए, हाड!'' कुत्र्याला ढकलायचा प्रयत्न करत मोहन ओरडला. कुत्र्याच्या शरीराला त्यानं सॉलिड धक्का मारला होता; पण सिमेंटमधे रोवल्यासारखं उभं होतं ते.

''यु....यु....चल!'' चुटकी बजावत म्हातारा ओरडला.

कुत्र्यानं एकदा म्हाताऱ्याकडे पाहिलं. हळूच साहेबाच्या मांडीवरचे पाय काढले. आज्ञाधारकपणे तो म्हाताऱ्याकडे गेला.

कुत्रं जवळ येताच म्हाताऱ्यानं आपल्या वाटणीची भाकरी त्याच्यापुढे ठेवली. दोन मिनिटांत भाकरीचा फन्ना करून कुत्रं मागे वळलं. पावसाच्या धारांत नाहीसं झालं.

अजूनही अवाक् होते सगळे.

अर्थात, अन्नाची चणचण असताना, म्हाताऱ्यानं आपली भाकरी कुत्र्याला देऊन टाकावी, हे कोणालाच पसंत नव्हतं. पण एकतर म्हाताऱ्यानं स्वत:चा वाटा दिला होता. तो उपाशी राहणार होता. आणि कशानं का होईना, कुत्रं गेलं होतं.

म्हाताऱ्यानं पावसाच्या धारांत ओंजळ धरून पोटभर पाणी प्यायलं. तो ग्रुपपाशी आला.

''तुम्हाला एक प्रेमळ सल्ला देऊ?'' त्यानं हळूच विचारलं.

''हं!''

''सगळं अन्न खाऊन टाका!''

''आणि उद्या काय करू?''

''आज कसं मिळालं? गरज पडली तर तसंच उद्या मिळेल. तुमची

चिंता त्याला आहे.'' गाभाऱ्यातल्या शंकराच्या पिंडीकडे बोट दाखवत तो म्हणाला.''कदाचित उद्या तुम्ही मंदिरात असणारच नाही.''

"खरंच? तुला काय माहीत रे?"

"मला बरंच काही माहीत आहे! उदाहरणार्थ, उद्या तुमच्यापैकी कोणीतरी मरणार आहे!....माहितीय मला!''

गपकन हात थांबले सगळ्यांचे.

"काय....काय म्हणालास?"

"उद्या तुमच्यापैकी कोणीतरी मरणार आहे!"

"कोण?"

"ते काळ ठरवेल!"

"तुला कसं समजलं हे?"

"कसं समजलं याला महत्त्व नाही. समजलेलं खरं आहे! समजा,'' नेमकं साहेबाकडे बोट दाखवत म्हातारा म्हणाला,''तू मेलास! जपून ठेवलेल्या अन्नाचा तुला काय उपयोग?''

सगळ्यांची हृदयं बर्फासारखी थंडगार!

आपल्यातलं कोणीतरी मरणार!

कोण?....ते माहीत नाही.

कदाचित् आपणच!

मोहनही म्हाताऱ्याचा विचार करीत होता. वाटतो तितका नगण्य नव्हता म्हातारा. त्याच्या बोलण्यात एक वेडाची लहर वाटली, बोलणं संदर्भहीन वाटलं, तरी त्यात बराच अर्थ होता. आता ते कळण्याइतकी त्यांच्यापैकी कोणाची पात्रता नसेल,तर त्याला कोण काय करणार?

केवळ लहर म्हणून कोणी ठामपणे मृत्यूबद्दल बोलत नाही.

"बाबा, तुला भविष्य येतं का?'' विचार करत मोहननं विचारलं म्हातारा हसला.

"कोण मरणार आहे?"

"कोणीही!...कदाचित एक, कदाचित सगळे!''

भीतीचा एक पुसटसा थर मोहनच्या मनावर पसरला होता; पण

इतरांच्या अवस्थेचा विचार केला, तर तो एकटाच काहीतरी विचार करू शकत होता.

"बाबा, यापुढे तू एक शब्ददेखील बोलणार नाहीस!"

"राहिलं!" निर्विकारपणे म्हातारा म्हणाला,"खरं तेच सांगत होतो मी तुम्हाला. बोलण्याचा पुरावा हवा ना?....ते बघा!" कोपऱ्याकडे बोट दाखवत त्यानं बोलणं पूर्ण केलं.

त्यांच्यापासून केवळ सात-आठ फुटांवर सात-आठ कुत्री मुरमुसून झोपली होती!

अक्षरश: सुन्न झाले सगळे.

हा प्रकार अनैसर्गिक होता. इतकी कुत्री न भिजता पावसातून आली! कोणाला चाहूल लागू न देता!

छे! भुताटकीचाच प्रकार हा.

"बाबा, त्यांना जायला सांग!" मघाचा अनुभव जमेस धरून मोहन म्हणाला.

म्हातारा त्यांच्या दिशेनं गेला. चुचकारत त्यानं प्रत्येकाच्या अंगावरून हात फिरवला.

"जा, पळा!"

जणू त्यानंच पाळली होती ती! कुत्री निमूटपणे उठली. बाहेरच्या पावसात अदृश्य झाली!

जवळ-जवळ दोन-तीन तास प्रत्येकजण स्वत:शी विचार करत होता. म्हाताऱ्याच्या बोलण्यात सत्याचा अंश असेल तर....कोण मरणार?

आपण?

त्यापेक्षा निघून गेलो तर?

कदाचित ते अशक्य असेल.

मोटारी केव्हाच बुडाल्या होत्या. एक टेकडी सोडली तर सगळीकडे नुसतं पाणीच दिसत होतं. आणि हळूहळू रात्रीच्या छाया दिवसाच्या गढूळ वातावरणावर पसरायला लागल्यावर तर तेही दिसेनासं व्हायला लागलं होतं.

मंदिराच्या भयाण वास्तूची जाणीव....मनात मृत्यूची घरघर....बाहेर

पावसाचं थैमान....नुकतंच पुन्हा सुरू झालेलं,घोघावणारं वादळी वारं!

अंधार....पाऊस....वादळ....

मृत्यू!!

मोहन कितीतरी वेळ प्राप्त परिस्थितीचा विचार करत बसला होता. त्या मनात नाही नाही ते विचार डोकावत होते.

केव्हातरी संध्याकाळ उतरणीवर असताना तो भानावर आला. खांद्यावर कोणीतरी हात ठेवला होता.

अरुंधती होती ती.

''चल, खाऊन तरी घेऊ.'' ती आपुलकीच्या स्वरात म्हणाली. तेव्हा मात्र त्याच्या लक्षात आलं, दुपारचे वाटेही तसेच पडून होते!

दोघंजण शिदोरीजवळ येताच एकेकजण त्यांना येऊन मिळाला.

एकटा म्हातारा कोपऱ्यात डोळे झाकून बसलेला.

''अरू, समान वाटे करून टाक. मग तो कोणीही, कसाही खावा. आत्ता खावा, नाहीतर पुरवावा!'' विषण्ण मनानं मोहन म्हणाला.

तिनं मान डोलावली. इतरांनी मूक संमती दिली.

वाटे झाले.

''त्याचा वाटा दे.'' नाराजीनं ती म्हणाली.

''कशाला देताय त्याला?'' खासगी स्वरात साहेबानं विचारलं.

''मला तर वाटायला लागलंय्, तो चेटक्या आहे!''

''कशावरून?''

''ती अदृश्य होणारी कुत्री त्याचंच बरं ऐकतात?''

''हं. त्याचाच काहीतरी हात असावा.''

लोकांना आपलं म्हणणं पटतंयसं पाहून साहेबाला उत्साह आला.

''मला कळलंय्, तो का तसं करतोय.''

''का बरं?''

''आपल्याला घाबरवण्याकरता!''

''का पण?....त्याचा काय फायदा?''

''आपण घाबरून पळून गेलो की आपल्या सामानातलं लुटायला

बरं!''

"आहेच काय पण इथे लुटण्यासारखं?''

"ती एकच पेटी पळवली तर दोन लाख मिळतील त्याला!''

दोन लाख !!

सर्व नजरा झटकन पेटीच्या दिशेनं वळल्या. साहेब कावराबावरा झाला. बोलण्याच्या नादात त्यानंच आपल्याजवळ पैसा असल्याचं जाहीर केलं होतं. इतका वेळ फक्त मोहनची भीती होती. आता सगळे एकत्र झाले तर....

त्यानं कळवळून मोहनकडं पाहिलं. तो गालातल्या गालात हसत होता.

"ते....ते जाऊ द्या!'' पेटीवरून लोकांचं लक्ष उठवण्याचा प्रयत्न करण्याकरता साहेब म्हणाला; पण त्याच्या बोलण्याकडे कोणी लक्षही दिलं नाही. प्रत्येकाच्या डोळ्यावर जणू इनफ्रारेड ग्लासेस होत्या. आतल्या नोटा स्पष्टपणे डोळ्यांना दिसत होत्या!

त्याही परिस्थितीत त्यांच्या हपापलेल्या नजरांची गंमत वाटली मोहनला.

पेटीत दोन लाख आहेत म्हटल्यावर तहान-भूक.... भुताटकी.... मृत्यू....सगळं विसरले होते ते.

तिच्याही ते लक्षात आलंय् का ते पाहण्याकरता त्यानं अरुंधतीकडे मान वळवली.

मानवी स्वभावाविरुद्ध वर्तन होतं असं नाही; पण दुखावला गेला तो. निदान तिनं तरी त्यांच्यात सामील व्हायला नको होतं!

एकाग्र चित्तानं ती पेटीकडे पाहत होती.

आता कोण?

म्हातारा उठून जवळ आलेलादेखील त्याला समजल नव्हतं. तो त्याच्या खांद्यावर हात ठेवून काहीतरी खूण करत होता. बहुतेक गप्प राहण्याची खूण असावी ती.

त्याला ओलांडून म्हातारा चक्क त्यांच्या रिंगणात आला. त्यानं प्रत्येकाच्या हातातले वाटे अलगदपणे काढून घेतले! अवाक् झाला मोहन.

पैशाची स्वप्नं माणसाला इतकी बेभान बनवतात, हे पहिल्यांदाच अनुभवत होता तो.

म्हाताऱ्यानं सगळे वाटे एकत्र केले, ते घेऊन तो पुन्हा त्यांना ओलांडून बाहेर पडला.

त्याची पुढची हालचाल मात्र अपेक्षित नव्हती त्याला.

काही न बोलता त्यानं अन्न पायरीवर नेऊन ठेवलं होतं.

अचानक त्याचे ते कुत्रे उगवले होते. अन्नावर तुटून पडले होते!!

अन् मग मात्र मोहनचा बॅलन्स गेला. तो ताड्कन उठून उभा राहिला. म्हाताऱ्याच्या दिशेनं धावला.

"हरामखो ऽ ऽर."

त्याचा आवाज मंदिरात दणाणला आणि सगळ्यांनी चपापून त्या दिशेनं पाहिलं.

मोहननं म्हाताऱ्याला अक्षरशः उचलून फरशीवर फेकलं होतं.

वाटे गेलेले सर्वांच्या लक्षात आलं आणि कुत्र्यांकडे पाहून काय झालं असावं, ह्याचीही प्रत्येकाला कल्पना आली.

कळवळला प्रत्येक जण!

आता एकच करता येण्यासारखं होतं-

म्हाताऱ्याला मरेपर्यंत मारणं!

अन् खरंच, तेच केलं असतं त्यांनी. त्याच्यावर चार-पाच हात बसलेदेखील होते.

"थांबा!"

हात थांबले. तोंडचे भक्ष्य काढून घेतलेल्या श्वापदाचे हिडीस भाव नजरेत आले.

"सोडा त्याला."

"का?"

"मरेल तो."

"मरू देत!"

"तो मेल्यानं अन्न परत येणार असेल, तर जरूर मारा!" थंडपणे

एक-एकजण बाजूला झाला.

"बाबा, ऊठ!"

काही झालं नाही, अशा थाटात म्हातारा उठला.

"चालू लाग!"

"ठीक आहे. जातो मी." तो शांत स्वरात म्हणाला, "जाण्यापूर्वी इतकंच सांगतो, माझ्या प्रत्येक कृतीला अर्थ होता! तू चांगला आहेस. तुला चांगली फळं मिळणार आहेत. ही माणसं वाईट आहेत. त्यांना त्यांच्या कर्माची फळं भोगावी लागणार आहेत! म्हणूनच इथे यायची बुद्धी झालीय् त्यांना!"

म्हाताऱ्यानं मोहनच्या पाठीवरून हात फिरवला. नंतर पाठ फिरवून तो पायऱ्यांपर्यंत गेला.

"ॐ...."

त्याचा ओंकार मंदिरात घुमला.

गोठलेल्या नजरेनं सगळे त्याच्या पाठमोऱ्या आकृतीकडे पाहत होते.

आकृती विरळ-विरळ होत अदृश्य होत होती!!

४

एखाद्या अभद्र सावटाखाली वावरल्यामुळे चार तास पसार झाले. पण त्याकरिता चाळीस तासांची वाट पाहण्याची सहनशक्ती अक्षरश: खलास झाली होती प्रत्येकाची. म्हातारा अदृश्य झाल्यापासून चार तासांत कोणी कोणीशी चकार शब्द बोललेलं नव्हतं. ऐन मृत्यूच्या उंबरठ्यावर असताना सगळ्या गात्रांवर ताबा असावा, फक्त वाचा गेलेली असावी आणि अशा वेळी मनुष्य आपल्या नातेवाइकांकडे ज्या उदास नजरेनं पाहत असतो, तसे सगळे एकमेकांकडे पाहत होते. वाढत्या रात्रीबरोबर मनावरची निराशेची छाया दाट होत होत चालली होती. प्रत्येकानं स्वत:भोवती, स्वत:पुरतं एक गूढ, संशयित वातावरण निर्माण करून ठेवलं होतं.

असा किती दिवस कोसळत राहणार आहे हा पाऊस? तब्बल तीन दिवस! प्रलयाची नांदी तर नाही ही? अर्धी टेकडी पाण्याखाली गेली होती. पाऊस थांबण्याची कोणतीही चिन्हं नव्हती. पावसाचा वेगही कमी होत नव्हता. काळ्याकुट्ट आकाशाला स्वच्छ,पांढऱ्या रंगाची फटही पडत नव्हती.

पाण्यात उडी टाकून पोहत निघून जाण्याची कल्पनाच करवत नव्हती! पाण्याचा खळखळाट हृदयात धडकी निर्माण करीत होता. मोहन एवढा पट्टीचा पोहणारा; पण त्यालाही

मंदिराचा आधार सोडवत नव्हता. इतरांच्या तर डोक्यातही तो विचार येणं शक्य नव्हतं.

इतका वेळ आशा होती – पाऊस थांबेल; पाणी ओसरलं की आपण निघून जाऊ. आणि आता तर ती आशा पार मावळली होती. पाणी इतकं बेफाम होतं, की पाण्यात उडी टाकण्याचे काय, पाण्याकडे पाहण्याचेही विचार मनाला शिवत नव्हते.

रात्री अकराच्या सुमाराला हळू-हळू वारी वाहायला लागली अन् त्यांच्या मनात पुन्हा आशा निर्माण झाल्या.

"दोन तास अशी वारी वाहत राहिली तर पाऊस जाईल, नाही?"

"हं, पावसाचे ढग पुढे जातील ना."

"पाऊस थांबला तर सकाळपर्यंत पाणी ओसरेल."

एक तासभर वाऱ्यांनी दिलासा दिला त्यांना. पण पाऊसही कमी होईना अन् वारंही थांबेना. हुडहुडी भरवण्याचं कार्य मात्र वाऱ्यानं अगदी प्रामाणिकपणे केलं होतं.

तासभरानं रंग पालटला! पालटण्यापेक्षा आणखी गढूळ झाला! वारी फिरायला लागली. दिशा अनिश्चित झाल्या. कोणत्याही बाजूनं वाऱ्याचे सपकारे यायला लागले. पावसाचे शिंतोडे बेदरकारपणे देवळात नाचायला लागले.

पंधराव्या मिनिटाला देवळात कोरडी जागा शिल्लक उरली नव्हती!

एकच कमी होतं; रात्री एकच्या सुमारास तीही कमी पूर्ण झाली.

विजा!

एखाद्या शत्रुराष्ट्रानं दणादण बॉम्बस्फोट करावेत, तसे ढग गडगडायला लागले. काऽडकन् ढग फाडून विजा उसळायला लागल्या; मन मानेल त्या दिशेनं सटकायला लागल्या.

छे....जीवघेणा प्रकार तो!

एक वीज सरसरत मंदिराच्या रोखानं आली होती. अचानक दिशा बदलून लांब कुठेतरी कोसळली होती!

उंदीर-मांजराच्या खेळापेक्षा मंदिरावर कोसळली असती, तर एक

घाव दोन तुकडे तरी झाले असते.

"कुठून बाहेर पडण्याची इच्छा झाली असं झालंय्!"

"हं, भोग नशिबाचे. एकदा सुखरूप घरी पोचलो, की सुटलो!"

"ते तरी आहे का नाही नशिबात कोणास ठाऊक! त्या म्हाताऱ्यानं वर्तवलेलं भविष्य....!"

क्षणार्धात मनं काळवंडली.

कोणाचा तरी मृत्यू वर्तवला होता त्यानं आणि तो अदृश्य झाल्यापासून त्याच्या प्रत्येक शब्दावर विश्वास ठेवावासा वाटत होता!

कोण मरणार? कोणाच्या मृत्यूकरता काळानं एवढं उग्र स्वरूप धारण केलंय? अन् त्या माणसाकरता इतरांना का बरं शिक्षा ही?

असं तर नसेल....?

असेल; तसंच असेल! चमत्कार घडतातच की!

गेल्या जन्मी आपल्यातल्या कोणीतरी एकानं उरलेल्या सर्वांना मारलं असेल! आता या जन्मी सर्वांदेखत तो मरणार! म्हणूनच एकत्र येण्याची बुद्धी झाली सर्वांना!

पण कोण तो?....आपण?

म्हाताऱ्यानं तेवढं सांगितलं असतं, तर इतरांच्या डोक्यावरची टांगती तलवार तरी नाहीशी झाली असती!

कडाऽऽड्....कड्-कड्-कड्-कड्!

दचकून प्रत्येकानं शेजारच्या माणसाला गच्च मिठी मारली.

सरसर सरसर....

आली ऽऽ !

पडली!.....नाही, परत गेली!!

क्षणाकरता मंदिर उजळलं गेलं होतं, नंतर काळा मिट्ट अंधार!

मोहननं मिठीतल्या अरुंधतीच्या पाठीवरनं हात फिरवला. ती अजूनही थरथरत होती. त्याला गच्च चिपकून बसली होती. त्याही परिस्थितीत बरं वाटलं त्याला. तिचा लुसलुशीत स्पर्श मनाला फुलवून गेला होता.

"निर्लज्ज!"

कोणीतरी कळवळून पुटपुटलं. ती झटकन त्याच्यापासून बाजूला झाली.

हलकट साले! मृत्यूच्या दारात उभं असतानाही दुसऱ्याच्या सुखानं जळण्याची वृत्ती जात नाही!

''कोण म्हणालं?''

''मी!....मी म्हणालो!''

''मग तूच मरशील!''

''मी?....मी नाही, तुम्हीच मराल! चार जणांदेखत मिठ्या मारतात! पापं करायची ती करायची-!''

''पण त्या मिठी मारण्यात तसली भावना नव्हती. तुझ्या मनात आलं तसं आणि समज तसं असलं, म्हणून तू चोरून पहायलाच पाहिजे असं कोणी सांगितलं? ही वृत्ती फार वाईट!....तूच मरशील....!''

वादाला विषय मिळाला. नव्या हुरुपानं लोक कोणती ना कोणती बाजू घेऊन भांडत राहिले.

पुन्हा एकदा वीज कडाडली!

हवा तंग!

वीज मंदिरापर्यंत येतीय्....परत जातीय्! येतीय्....परत जातीय्!

चार वेळा झालं असं!

कोणाचा बळी हवाय तिला? कोणाकरता येतीय?

''काहीतरी केलं पाहिजे!''

''काहीतरी केलं पाहिजे!''

''काय करतोस साहेबा?....परत आली की पकडून पाण्यात फेकून देतोस?''

सौम्य हशा. बरं झालं. त्याला तसलीच उत्तरं पाहिजेत! त्या पोरानं दोन लाखांच्या नोटा वाचवल्या. साहेबाला बुडता-बुडता ओढून काढला. साला, पन्नास हजार कबूल करून देताना तीनशे देतो!

''तुलाच फेकीन!''

''फेक!...ये!''

"हाँ!....म्हणे फेक!"

"अरे, फेक ना पावट्या....आता तू तरी मला फेक; नाहीतर मी तर तुला फेकतो!"

"ए...पुढे येऊ नकोस! सांगून ठेवतो!"

"असं? काय करशील?....हा आलो!"

मोहननं त्याच्या दिशेनं पाऊल टाकलं.साहेब झटकन् उठला. गाभाऱ्याच्या दिशेनं पळाला. सगळे खदखदून हसले.

धप् !

साहेब प्राणपणानं किंचाळला.

पडला...पडला!

साहेबच मरणार! त्यालाच अपशकुन होतायत्!

तो जितक्या वेगात गाभाऱ्याकडे पळाला होता, त्याच्या दुप्पट वेगात परत आला. धडाडकन् व्यापाऱ्याच्या अंगावर आपटला. कुस्ती खेळत असल्यासारखे दोघंही जमीनसपाट झाले!

"अरे....अरे...हे काय?" खवळून व्यापाऱ्यानं साहेबाच्या थोबाडावर रेटा देत विचारलं.

"तो....तो..."

गाभाऱ्याजवळच्या एका खांबापलीकडनं हास्याचा एक परिचित आवाज आला आणि सगळ्यांची हृदयं गोठली.

म्हातारा!!

अर्थात, त्याचं अदृश्य होणं जितकं धक्कादायक होतं, तितकं परत येणं नाही. निदान मोहनला तरी ते तसं वाटलं नाही. जो अदृश्य होऊ शकतो, तो सदृश्यही होणारच!

"पण तो परत का आला?"

मोहन सावरून उभा राहिला. अरुंधती कोणाचीही पर्वा न करता त्याला मिठी मारून उभी राहिली.

"निर....निर.....लज्ज!"

तिनं चक्क दुर्लक्ष केलं त्या कॉमेन्टकडे!

खांबापलीकडून म्हातारा हसत-हसत बाहेर आला. त्यांच्या दिशेनं पुढे झाला.

"परत का आलास?"

"मोहन, मला राहवलं नाही. तुमचा ग्रुप म्हणजे मानवी स्वभावाचा अर्क आहे. प्रेम....द्वेष....मत्सर....भीती....सर्व मानवजातीतल्या भावना प्रकर्षानं एकवटल्या आहेत बघ इथे. पाहताना करमणूक होते."

"ठीक आहे, ये. आता तुझ्या कुत्र्यांना घालायला काही नाही. आलास तरी चालेल. पण घाबरवण्याचा प्रयत्न केलास, तर मात्र अदृश्य होण्यापूर्वी तुडवून काढीन तुला!"

"नाही. आता मी तसं करणार नाही."

"का?"

"आता तुमच्याजवळ काहीच नाही!"

"पण तेव्हा कशाला केलंस तसं?"

"तेव्हा तुमच्याजवळ शिदोरी होती म्हणून!"

"होती म्हणून ती अशी कुत्र्यांना द्यायची?"

"तुम्हाला काय करायची आहे?....उद्या सुटाल तुम्ही!"

"सुटाल म्हणजे?"

"एक गोष्ट सांगू?"

"सांग. मोठी सांग."

"मोठी नाही; छोटी. ती आवडली तर आणखी."

"चालेल. सांग."

म्हाताऱ्यानं एकदा सर्वांवरून नजर फिरवली. वास्तविक त्याची गोष्ट ऐकायला इतर वेळी कोणी उत्सुकता दाखविली नसती. पण एकतर या वेळी मनातले भयाण विचार दूर सारायचं ते एक साधन होतं. आणि...अदृश्य होणारा माणूस (?) गोष्ट सांगणार होता–

महर्षि व्यासांचा एक शिष्य होता. दास त्याचं नाव. जुन्या काळी असत, तसाच आज्ञाधारक शिष्य होता तो. गुरूबद्दल त्याच्या मनात नितान्त आदर होता. अपार श्रद्धा होती. गुरूचं वाक्य वेदाज्ञेप्रमाणे शिरसावंद्य होतं

त्याला.

बरीच वर्षं व्यासांची सेवा करून त्यानं अपार ज्ञान संपादन केलं होतं. त्याचा अधिकारही मोठा होता. पण सर्वज्ञानी असलेल्या या दासाला एकच गोष्ट माहीत नव्हती; आणि ती गोष्ट आपल्याला समजावी, असं त्याला तीव्रतेनं वाटत होतं.

''स्वत:चा मृत्यू!''

म्हातारा अचानक थांबला. त्यानं गूढपणे हसून सर्वांवरून नजर फिरवली.

सगळे सावध!

आपली करमणूक करण्याकरता हा थेरडा गोष्ट सांगत नाही! नेमकी दासाच्या मृत्यूच्या संदर्भातली गोष्ट बरी आठवली याला? काहीतरी हेतू आहे. कदाचित...आपला मृत्यू ओळखण्याचं शास्त्र!!

आता गोष्टीला निराळंच महत्त्व प्राप्त झालं. प्रत्येकजण गोष्ट केवळ आपल्याकरताच आहे अशा थाटात कान देऊन, मन लावून ऐकायला लागला.

''तर, या दासाला स्वत:चा मृत्यू केव्हा आहे, ते जाणून घेण्याची फार इच्छा होती.'' प्रत्येकजण सावध झालेला पाहताच म्हाताऱ्यानं पुन्हा गोष्ट सुरू केली. कित्येक वर्षं तो व्यासांना आडून आडून सूचक प्रश्न विचारत होता. त्याला काय विचारायचं आहे ते व्यासांच्या लक्षात आलं होतं; पण व्यास हसून त्याच्या प्रश्नाचं उत्तर टाळत होते.

एके दिवशी मात्र दासाला राहवेना. सकाळपासून तो प्रश्न त्याला सतावत होता. त्यानं मनोमन ठरवून टाकलं, की आज आपल्या मृत्यूबद्दल गुरुदेवांना स्पष्ट शब्दांत विचारायचंच!

झालं. सकाळचं अध्ययन आटोपलं. आन्हिकं आटोपली. दुपारची भोजनं झाली. दासाची आपली चुळबूळ-चुळबूळ चाललीय्. लक्ष नाही कशात!

शेवटी व्यासांनी दुपारी त्याला बोलावून घेतलं. तो व्यासांसमोर जाऊन प्रणाम करून उभा राहिला.

"दासा, आज सकाळपासून काय झालंय तुला?"

"कुठे काय गुरुदेव?" शक्यतो मनातला गोंधळ लपवत दासानं विचारलं.

"पाहतोय, आज कशातच लक्ष नाही तुझं!....का रे असं?"

दास विचारावं का नाही, या संभ्रमात पडला. पण अशी संधी परत मिळणार नव्हती. गुरुदेवांनी स्वत:हून विषय काढला होता.

"गुरुदेव," शेवटी मनाचा धीर करून दास म्हणाला, "अनुज्ञा असेल तर एक प्रश्न विचारीन म्हणतो."

"अरे!...मग विचार ना! त्यासाठी का एवढा विचारमग्न झालायस?....विचार!"

"आपण मला त्रिकालाचं ज्ञान दिलंत गुरुदेव. पण त्यात एकच उणीव राहून गेली आहे."

"कोणती रे?"

"माझा मृत्यू केव्हा आहे, हे मला माहीत नाही!"

त्याचं वक्तव्य ऐकून व्यास गंभीर झाले. त्यांच्या चेहऱ्यावर चिंतेच्या छटा पसरल्या.

जी गोष्ट ते इतकी वर्षं टाळत आले होते, तीच दासानं त्यांना विचारली होती.

"दासा, आपला मृत्यू केव्हा आहे ते माणसाला कळणं आवश्यक नाही. ज्या ज्ञानावाचून काही अडत नाही, मोक्षमार्गात अडथळे येत नाहीत, ते ज्ञान मिळवण्याची आवश्यकताच काय?" त्याला त्या प्रश्नापासून परावृत्त करण्याकरता व्यासांनी विचारलं.

"तसं नाही गुरुदेव, पण मी या प्रश्नाचं उत्तर फार वर्षं शोधतोय. आणि ते मिळाल्याशिवाय मला चैन पडणार नाही." नम्र स्वरात दास म्हणाला.

त्याच्या बोलण्यात नम्रता व मर्यादा असली, तरी त्यातला हट्ट व्यासांना ताबडतोब जाणवला.

प्रश्नाचं उत्तर मिळाल्याशिवाय दास स्वस्थ राहणार नव्हता!

"ठीक आहे." विषादयुक्त स्वरात व्यास म्हणाले, "तुझी इच्छाच असेल तर आपण हा प्रश्न यमालाच विचारू. मला तरी तुझ्या प्रश्नाचं उत्तर माहीत नाही. पण दासा, त्यापूर्वी तू अजून एकदा विचार कर. उद्या सकाळी मला तू तुझा निर्णय सांग."

वास्तविक दासाचा निर्णय तयार होता; पण गुरुदेवांचा अपमान होऊ नये म्हणून तो सकाळपर्यंत थांबला.

"हं, काय ठरलं दासा?" सकाळी दासाला पाहताच व्यासांनी विचारलं.

"आपण यमराजांकडे जाऊ गुरुदेव!"

व्यासांनी हसून मान डोलावली. त्यांना दासाकडून हीच अपेक्षा होती.

व्यास आणि दास दोघं यमदेवांकडे आले.

त्यांना पाहून यमानं दोघांचं स्वागत केलं. त्यांचं आदरातिथ्य केलं. यथासांग पूजा केली.

"गुरुदेव, आज आपण इकडे कोण निमित्तानं येणं केलंत?" यमानं विचारलं.

"यमराज, या माझ्या शिष्याला तुझ्याकडून काही माहिती हवी आहे."

"विचारा. मला सांगता येण्यासारखी असेल, तर मी अवश्य सांगेन गुरुदेव..." यम नम्रपणे म्हणाला.

"या दासाचा मृत्यू केव्हा आहे, ते त्याला हवंय."

"मृत्यू?....मग आपल्याला ते मृत्यूलाच विचारावं लागेल."

"म्हणजे काय? तूच यमलोकाचा प्रमुख ना? तुझ्या आज्ञेशिवाय...."

"आपलं म्हणणं योग्य आहे गुरुदेव. परंतु, मी जरी सर्वसत्ताधीश असलो, तरी ही सर्व कामं मला एकट्याला करता येणार नाहीत, म्हणून मी खाती वाटून दिली आहेत. त्या त्या खात्यांची कामं सुरक्षित चालतात का नाही, यावर मी फक्त देखरेख करतो."

"चल तर मग मृत्यूकडे." व्यास म्हणाले.

व्यास, दास आणि यम तिघंही मृत्यूकडे आले. तिघांना एकत्र पाहून मृत्यूला आश्चर्य वाटलं. आनंदही झाला. त्यानंही तिघांचं यथोचित स्वागत

केलं.

"यमराज, आपण आणि गुरुदेव ह्यांच्या आगमनाचं कारण समजेल काय?"

"मृत्यू, महर्षि व्यास आपल्या शिष्याला घेऊन तुझ्याकडे काही कामासाठी आले आहेत."

"माझ्याकडे? भाग्यच माझं! बोला. आपलं काम करून मी कृतार्थ होईन."

"मृत्यू, या माझ्या शिष्याला....दासाला....त्याचा मृत्यू केव्हा आहे, ते जाणून घ्यायचंय."

"मृत्यू?....क्षमा करा महाराज. आपल्याला ते भवितव्याला विचारावं लागेल!"

"म्हणजे....? अरे, तू साक्षात मृत्यू अन्....!"

"आपला थोडा घोटाळा आहे महर्षि! क्षमा करा. मी मृत्यू आहे. जीवन थांबवणं माझ्या हातात आहे; पण कोणाचं जीवन केव्हा थांबवायचं, ते माझ्या हातात नाही! ते भवितव्याच्या आज्ञेवर अवलंबून आहे. भवितव्यानं सांगितलं, की आम्ही फक्त त्याच्या हुकमाचे ताबेदार!"

"तर मग येतोस?"....दासाचा मृत्यू केव्हा आहे ते आपण भवितव्यालाच विचारू!"

"अवश्य."

व्यास, दास, यम आणि मृत्यू चौघेजण भवितव्याकडे गेले.

भवितव्य स्वतःच्या अफाट कर्तृत्वात मग्न होतं.

व्यासांनी रक्षकाबरोबर निरोप धाडला. हातातलं काम टाकून भवितव्य धावत-धावत त्यांना सामोरं आलं.

"वंदन असो गुरुदेव."

भवितव्यानं व्यासांना वंदन केलं. यम आणि मृत्यूकडे हसून कटाक्ष टाकला. दासाकडे पाहिलं.

अन् दास मरून पडला!

चित्रपटातली मारामारी पाहत असताना, व्हीलनचा ठोसा अगदी

अनपेक्षितपणे एखाद्या प्रेक्षकाच्या नाकावर बसला तर काय होईल?

तसेच सगळे भांबावले होते. मनात सवयीनं तयार झालेला सिक्वेन्स कचकन तुटला होता.

"दास असा का मेला?" मोहननं विचारलं.

"दासाच्या भवितव्यात असंच लिहिलं होतं म्हणून! जेव्हा दास, व्यास, यम, मृत्यू आणि भवितव्य एकत्र जमतील, तेव्हा दास मृत्यू पावणार हे विधिलिखित होतं. म्हणूनच भवितव्याच्या घरी येण्याची इच्छा झाली सर्वांना!

"वास्तविक, दासाला त्या प्रश्नाबद्दल उत्सुकता असण्याची आवश्यकता होती का?....नव्हती. त्या उत्सुकतेपोटी त्यानं व्यासांना भरीस घालून यमाकडे नेण्याचं प्रयोजनही नव्हतं. त्यांच्याबरोबर भवितव्याकडे जायला मृत्यू नकार देऊ शकला असता! पण....

"भवितव्य कोणालाच टाळता येत नाही, हेच खरं!"

त्याची गोष्ट संपली.

सर्वांची शरीरंच उरली होती जणू! मनं केव्हाच मेली होती.

मोहननं एकदा संशयानं म्हाताऱ्याकडे पाहिलं. त्याला अभिप्रेत असलेलं गूढ हास्य म्हाताऱ्याच्या चेहऱ्यावर तरळत होतं.

भवितव्य कोणालाही टाळता येत नाही, हेच खरं!

मृत्यू अटळ आहे!

पण कोणाचा?

म्हाताऱ्यानं नेमकी हीच गोष्ट का निवडावी?....सहज?

नक्कीच नाही!

मग काय सुचवायचं आहे त्याला? आपल्यातला 'दास' कोण?

"विचारात पडलास रे मोहन?"

म्हाताऱ्याच्या प्रश्नानं सर्वांच्या आत्म्यांनी जणू शरीरात पुन्हा प्रवेश केला होता.

"ज्यांनी पापं केलेली नाहीत, त्यांना उदास होण्याचं कारणच नाही! ज्यांनी पाप केलं असेल, त्यांनी जरूर विचार करावा!"

सगळे बावळटासारखे त्याच्याकडे पाहत असतानाच म्हातारा उठला. तरातरा चालायला लागला.

"बाबा!"

"जातो!"

"जा, परत येऊ नको!"

"का?....भीती वाटते?"

"काय वाटेल ते असो; परत येऊ नकोस! तुझा उपदेशही नको, तुझी गोष्टही नको!"

म्हातारा मंदपणे हसला.

नाहीसा झाला!

तो गेला तरी बराच वेळ सगळेजण त्यानं सांगितलेल्या गोष्टीच्या अमलाखाली होते.

"आपल्यातच कोणीतरी पापी आहे!"

चाबकाचा फटकारा बसल्यासारखे चमकले सगळे. नजरा मोहनवर रोखल्या गेल्या.

"आपल्यापैकी कोणाचातरी बळी घेण्याकरता वीज मंदिरापर्यंत येतीय्....परत जातीय्!"

न पटण्यासारखं काहीच नव्हतं आता. "याला उपाय काय मोहन?"

"मला वाटतं, आपण क्षणाकरताही एकमेकांपासून अलग होऊ नये."

"म्हणजे काय होईल?"

"उरलेल्यांच्या भवितव्यात अंगावर वीज पडून मृत्यू नाही; त्यामुळे मरणारा एक वाचेल!"

"आणि सर्वांच्या पुण्यापेक्षा एकाचं पाप भारी ठरलं तर....?"

"तर....?"

खरोखरच विचारात घेण्यासारखा मुद्दा होता! सातांमुळे एक वाचण्याऐवजी, एकामुळे सहांचे जीव धोक्यात येत होते!

कोण तो पापी?

प्रत्येकाची संशयी नजर इतरांवर गेली.

“असं केलं तर....”

“कसं?”

“कोणीतरी एकच पापी आहे. एकामुळे सात मरावेत, हे त्यालाही पटणार नाही.”

“बरोबर आहे.”

“आपल्यापैकी प्रत्येकानं स्वत:ची माहिती सांगावी. शंकरापुढे पापांचा पाढा वाचावा. समोरच्या दीपमाळेपाशी जाऊन उभं रहावं. भवितव्याला त्याचा बळी हवा असेल, तर त्याच्या अंगावर वीज पडेल. पण बाकीचे वाचतील!”

“पण.....किती वेळ उभं राह्यचं?”

“दहा मिनिटं ठरवू आपण.”

“दहापेक्षा जास्त नको!”

“कबूल.”

इथपर्यंत ठीक होतं.

पहिला कोण?

“जो कोणी मरेल, त्याच्या घरी निरोप पोचवण्याची जबाबदारी इतरांची.”

“मला वाटतं, प्रत्येकानं शेवटची इच्छाही सांगून ठेवावी!”

“हो. म्हणजे, देवळातल्या त्या कुत्र्यांमध्ये एकाची भर नको पडायला!”

“ते ठीक आहे....पहिला कोण?”

“मोहन, पहिला तू जा!”

“कबूल!....दुसरा कोण जाईल?”

जणू आपल्याकरता प्रश्न नाहीच!

“मग, नंबर पाडले तर?”

“हं. चालेल.”

“नंबर बदलायचे नाहीत; काहीही होओ!”

“नाही! पाड नंबर!”

साहेबानं बॉलपेन दिलं. व्यापाऱ्यानं कागदाचा तुकडा दिला. लायटरच्या अस्थिर प्रकाशात मोहननं कागदाचे सात तुकडे केले. प्रत्येकाला नंबर दिले.

"रेडी?"

"रेडी!"

कागदाच्या घड्या करून त्यानं त्या चुरगळल्या, हाताची बंद ओंजळ करून खुळखुळल्या. जमिनीवर टाकल्या.

कोणालाही घाई नव्हती. कशाला असेल?

एक नंबर आला तर?

मोहननं एक चिठ्ठी उचलली.डोकी चिठ्ठीवर वाकली.

आठ!

अरेरेरे!.....गेला नंबर!

मग हळूहळू प्रत्येकानं चिठ्ठी उचलली.

"एक नंबर कोण आहे?"

कोणी उत्तर दिलंच नाही. थोड्या वेळानं सर्वांच्या लक्षात आलं ते!

साहेब शांतपणे पेटाऱ्याचं झाकण खोलून बसला होता. अगदी संथपणे एकेका नोटेचे तुकडे करत होता!!

◆◆◆

५

निदान शेवटच्या क्षणीतरी माणसानं खोटं बोलू नये! शेवटचा क्षणच तर काय! दीपमाळेपाशी उभं राहिल्यानंतर आपल्याच अंगावर वीज कोसळली तर? म्हणूनच खरं सांगायचं. मनातली मळमळ ओकून टाकायची. केल्या पापाबद्दल शंकरासमोर क्षमा मागायची. नरकयातना तरी कमी होतील! गुन्हा सिद्ध झालेल्या गुन्हेगारापेक्षा गुन्ह्याची पश्चात्तापदग्ध कबुली देणाऱ्या गुन्हेगाराला शिक्षा कमी मिळते ना? अर्थात....नरक ही कल्पना खरी असेल तर!

हंऽ फापटपसारा पुरे. तो सर्वसाक्षी आहे. त्याला कळतं सगळं! कोण काय सांगणार आहे, तेही माहीत आहे. खरं म्हणजे फक्त आपण किती प्रामाणिकपणे सांगणार, ते हवंय त्याला.

नाव बिहारी बाबू.

राहणार मिदनापूर, बझार रोड.

वय पस्तीस पूर्ण.

शिक्षण एम. कॉम्.

व्यवसाय नोकरी. सिटी बँक ऑफ मिदनापूरमधे हेड कॅशिअर.

मागे विधवा आई. पत्नी, चार मुली आणि....

बस! बिहारी आडनाव लावणारा परिवार इतकाच. न लावू शकणारा गोतावळा बराच!

आता काय लपवायचंय? कशाला अडखळायचंय?

मिदनापूरची सुरैया माहितीय?

होय. तीच. अठरा वर्षांची गोरी-गोरी, मुजरा डान्स करून शरीरविक्रय करून पोट भरणारी.

ती माझी मुलगी!....खरंय!

पहिला पराक्रम माझा तो. नर्गीस त्या वेळी बावीस-तेवीस वर्षांची असेल. तिच्या धाकट्या भावांना इंग्लिश शिकवण्याकरता जायचो.

अन् नर्गीस हातात सापडली!

सापडली असंच म्हणायला पाहिजे. तिची इच्छा कुठे होती? भाऊ मानायची मला!

एक दिवस संधी मिळाली. नर्गीसचे माँ-बाप खारटकला गेले होते. नर्गीसची दादी माँ अत्यवस्थ होती.

धाकट्या भावांना मीच खेळायला पिटाळलं. खूष ते! सुट्टी मिळाली ना?

अन् नर्गीस हातात सापडली.

तिला ओरडाआरडा करता येणार नाही....ती कोणाजवळ बोलणार नाही....सगळं माहीत होतं मला. तिच्या स्वभावाची पूर्ण कल्पना होती. म्हणून तर लहान असूनही धाडस केलं.

खूप रडली बिचारी. अर्थात, ती 'बिचारी' होती हे आज पटतंय. त्या वेळी वाटायचं, नाटक करतीय लौंडी!

वाताहतच झाली सगळी.

नर्गीसची माँ जहर खाऊन मेली. बाप चार-सहा महिने जगला टुकु-टुकु. एक दिवस धाप लागून अल्लाला प्यारा झाला.

अशा केसमधे आई-बाप हाय खाऊन मेलेच पाहिजेत, असा परमेश्वराचा नियमच आहे की काय कोण जाणे!

सारिकाची आई पण अशीच मेली....अचानक.

विषयांतर नको. सारिकाचा विषय अजून आलेला नाही. येईल तो. आई-बाप मेल्यावर नर्गीसनं काय केलं?

कोणास ठाऊक! मी कधी फिरकलो तिकडे?

पण तिचे धाकटे भाऊ उपासमारीला कंटाळून फरार झाले वाटतं.

नर्गीसनं चक्क गिऱ्हाइकं वगैरे घ्यायला सुरुवात केल्याचं कानावर आलं होतं; पण मग मी नाहीच गेलो. तिनं पण चौकशी केली नाही कधी.

हंऽ एक मात्र होतं. माझ्याबद्दल बोलली नाही हं कुठे. मला तीच भीती होती. आयुष्यातून उठलो असतो मी.

पण....

एकंदरीत वाईटच झालं. एक प्रकारचा मानसिक छळच तो.

तिच्या नाही, माझ्या मानसिक छळाबद्दल बोलतोय् मी!

शिक्षेचा सर्वांत क्रूर प्रकार हा.

बँकेतून फोन करून मी त्या दिवशी संध्याकाळी सात वाजता सुरैय्याला 'सबसुख' लॉजवर बोलावलं. शार्प सात वाजता आली ती.

त्या वेळी तिच्या सौंदर्याबद्दल जे वाटलं, ते आता सांगता नाही येत.

पण छानच दिसत होती ती. तेव्हा लक्षात नाही आलं, नर्गीसच्या सौंदर्याची सुधारित आवृत्ती होती सुरैय्या म्हणजे. हे सगळे नंतर लागलेले संदर्भ.

आल्या-आल्या तिला मी शंभर रुपये दिले. खूष झाली.

पहाटेपर्यंत कचरा करत होतो तिचा.

शंभर वसूल!

अन् सकाळी सहा वाजता लॉज सोडून बाहेर आलो तर....

अक्षरश: हातापायांना कंप सुटला. काही बोलतादेखील येईना!

एका टॅक्सीला टेकून नर्गीस उभी!!

ही ऽ....मागच्याच वर्षीची गोष्ट.

मला वाटलं, मला पाहून तिला धक्का बसेल.

पण काही नाही. माझ्याकडे बघून मंदपणे हसत होती!

आता पूर्वीची ओळख म्हणजे थांबायला पाहिजे....बोलायला पाहिजे.

खरं की नाही?

मी थांबलो. माझ्या मागे सुरैय्या.

''ओळख पटतीय का!''

मी विचारलं खरं; पण विचारण्यात अर्थ नव्हता. ओळखलं म्हणून तर हसत होती ना ती?

''न ओळखण्याइतका बदल झालेला नाही.''

''किती वर्षं झाली, नाही?''

''कशाला?''

''हेच, आपण भेटून.''

''सतरा!''

''तरीही तू ओळखलंस?''

''कशी विसरेन?''

छे! कटू वळण लागत होतं. टाळायला हवं. सुरैय्याला काय वाटेल?

''कुठे असतेस हल्ली?''

''कुठे म्हणजे?....तुला माहीत नाही?''

मी नकारार्थी मान डोलावली.

''अर्थात, कसं असणार म्हणा? तू चौकशी केलीसच कधी? राहते पूर्वीच्याच ठिकाणी.''

''नोकरी करतो नवरा?''

''नाही. मला नवरा नाही!''

''मेला?''

''केव्हाच!.....एकदाच बलात्कार केला....मेला!''

मूर्ख!....तिच्या व्यवसायाची अंधूक कल्पना असताना कशाला नवऱ्याबद्दल माहिती विचारायची? अं?

मी तिच्या शब्दाकडे जाणून-बुजून दुर्लक्ष केलं.

''मुलगी झाली होती.''

''नवऱ्यापासून?''

''मग कोणापासून होणार?''

तिच्या उत्तरानं आणि तिच्या हसण्याच्या पद्धतीनंच मी अर्धमेला झालो.

"कुठे आहे?"

"माझ्या जवळच. कुठे जाणार?"

"कॉलेजात जाते?"

"अंहं; माझ्याच मार्गानं चाललीय!"

कळवळलो मी. माझी मुलगी नर्गीसच्या मार्गानं चालली होती!

कशीही असली, कोणत्याही प्रकारच्या संबंधातून झालेली असली, तरी माझी मुलगी होती ती.

"कुठे असते ती?"

"का? तिला सभ्य जीवन देण्याच्या विचारात आहेस?"

तिच्या आवाजातला उपहास बोचला माझ्या मनाला. जणू मला शक्यच नव्हतं ते.

अर्थात, हेही त्या वेळचं वाटणं. ती तसं का म्हणाली, आता समजतंय. तिचं म्हणणं खरं होतं. माझ्या मुलीला मी समाजात कोणतंच स्थान देऊ शकलो नसतो. तसा प्रयत्न केला असता, तर कदाचित तिला ते मिळालं असतं; पण....

मनुष्य स्वतःच्या मनाला नाही फसवू शकत! जन्मभर मनाला टोचणी लागून राहिली असती. तिच्याकडे पाहिलं की मान शरमेनं खाली गेली असती. तिच्याशी बोलताना जीभ अडखळली असती.

तिनं कसं ॲडजस्ट केलं असतं, तिचं तिला माहीत; पण नाहीच! तिलाही ते शक्य झालं नसतं आणि शक्य झालं असतं, तरी मला झालं नसतं.

"तुला तुझी मुलगी हवीय्?" मी गप्प बसलेला पाहून तिनं विचारलं.

"कुठे, आहे कुठे पण ती?"

"तिला सांभाळशील? मुलगी म्हणून?"

"हो. सांभाळीन. पण एक अट आहे."

"मान्य आहे मला."

"अट तर ऐकशील की नाही?"

"गरज नाही. माझ्या मुलीचं कल्याण होणार असेल,तर तुझ्या सगळ्या अटी मान्य आहेत!"

"तू तिला परत भेटायला यायचं नाहीस."

"ठीक आहे. तू तिचा स्वीकार केलास की तिची आई तिला मेली!"

"मग मी पण तयार आहे."

"विचार कर हं बिहारी. पाहिजे तर उद्या सांगितलंस तरी चालेल."

"गरज नाही."

"तिला मुलीप्रमाणे सांभाळशील?"

"हो. परत-परत तेच तेच विचारू नकोस."

"सुरैय्या, बिहारीबरोबर जा!!!"

नर्गीसच्या वाक्यातला भयानक अर्थ समजायला दहा मिनिटं लागली मला.

तेव्हा समजलं, ज्या सुरैय्याबरोबर आपण रात्र घालवली, ती आपली सख्खी मुलगी आहे!

काय सांभाळ करणार तिचा....? कपाळ!

पण नर्गीसनं असं का करावं? फोन करताना मी नाव सांगितलं होतं. सुरैय्या कोणाची सोबत करायला जाणार आहे,ते नर्गीसला माहीत होतं.

त्यानंतर दोन महिन्यांनी नर्गीसची गाठ पडली. कोणत्या तरी शेठजीबरोबर शॉपिंगला चालली होती. माझं लक्षच नव्हतं. तिनं कार थांबवायला लावली. स्वत: उतरून माझ्यापर्यंत आली.

"बिहारी....काय निर्णय ठरला मग?"

हलकटपणाचा कळस होता हा.

"तू असं का केलंस नर्गीस?" तिच्या प्रश्नाला फाटा देऊन मी संयम राखत विचारलं.

"कोणी केलं?....तू का मी?"

"मी सुरैय्याला पाठवण्याबद्दल म्हणतोय."

"आणि सतरा वर्षांपूर्वीच्या नर्गीसबद्दल कोण म्हणणार?"

"जुनं जाऊ दे नर्गीस."

"प्रत्येक क्षण पुढच्या क्षणी जुन्यातच जमा होतो बिहारी."

"त्या वेळी मी नादान होतो. माझ्या हातून चूक झाली होती."

"आणि हे आज, सतरा वर्षांनी सांगतोयस तू!....भेकड! त्या वेळी चूक कबूल केली असतीस, तर आजचा हा प्रसंग आलाच नसता. पापाजी हार्टफेलनं गेले. मला वाटलं, तू चौकशी करायला येशील. तू आला नाहीस. मौजी गेली, तेव्हासुद्धा तुझी वाट पाहिली मी. वाटलं, तू एकदा तरी येशील. चूक कबूल करशील अन् आपण नवा संसार सुरू करून जुनं विसरून जाऊ.

"पण बिहारी....तुझी चूक तू कबूल करावीस म्हणून....म्हणून मला सतरा वर्षे घालवावी लागली आयुष्यातील! बाजारात विकावं लागलं स्वत:ला!"

"माझी चूक मला मान्य आहे नर्गीस. त्या वेळी मी तसं वागायला नको होतं. पण त्याबद्दल आता बोलण्यात अर्थ नाही. मला फक्त माझ्या प्रश्नांची उत्तरं हवी आहेत."

"विचार तरी तुझे प्रश्न!" तुच्छतेनं हसत ती म्हणाली.

"दोन महिन्यांपूर्वी सुरैय्या माझ्याकडे आली होती. आठवतंय?"

"सतरा वर्षांपूर्वीचंही विसरले नाही!"

"मी फोन केला तेव्हा फोन कोणाचा आहे हे तुला समजलं होतं!"

"होय. फोन मीच घेतला होता."

"मग सुरैय्याला का पाठवलंस तू?"

"तुला जन्मभर तडफडायला लावण्याचा तेवढाच मार्ग होता! मी सतरा वर्षं तळमळले. तू जगशील तितके दिवस तडफडशील."

अन् तिचं म्हणणं खरं ठरलं!

त्या दिवसानंतर मला नर्गीसही भेटली नाही, अन् सुरैय्याही! भेटली नाही म्हणजे, माझं धाडस झालं नाही. घर माहीत होतं. जर गेलो असतो तरी दोघी भेटल्या असत्या; पण कधी जायची इच्छाच झाली नाही.

पण त्या दिवसापासून संपलोच मी! सतत सुरैय्याचा चेहरा डोळ्यांसमोर दिसतो. जेवण जात नाही, झोप नीट येत नाही. कामात चुका होतात.

बिचारी! तिची काहीही चूक नसताना...स्वतःच्या सख्ख्या पित्याची भोगदासी!

फार पश्चात्ताप झाला मला. सतरा-अठरा वर्षांपूर्वीची एक चूक आयुष्याला अश्वत्थाम्याची जखम होऊन चिकटणार आहे, हे त्या वेळी समजलं असतं तर....?

आणि माझं असं आहे, एकदा पश्चात्ताप व्हायला लागला की सगळ्याच गोष्टींचा पश्चात्ताप होत राहतो!

मघाशी ते सारिकाचं नाव निघालं होतं. आठवतंय्?

पश्चात्तापप्रकरणातलंच ते.

अगदी दोन वर्षांपूर्वीपर्यंत, आमच्या बँकेतल्या करसनदासला सारिका नावाची एक सुरेखशी, कोवळी-कोवळी मुलगी आहे हे मला माहीत नव्हतं. असायचं काही कारणच नव्हतं. करसनदासचं कंबर हलवत चालणं, माना वेळावत बोलणं, त्याचं बायकी लाजणं....या सगळ्यामुळे आम्ही त्याची भरपूर टिंगल करायचो. ज्यांची अव्याहतपणे टिंगलच करायची असेल, तो ग्रुपमधून कट!....चेष्टेचा पहिला नियम आहे हा.

बरोबर आहे. तोंडावर त्याच्या 'ढिलेपणाबद्दल' बोलता येणार नव्हतं ना!

तर त्या दिवशी ती पहिल्यांदा त्या 'छगनशेट' कडे आली— काहीतरी निरोप सांगायला.

माझ्याबद्दल छगनशेटला अगदी पूर्ण कल्पना असल्यामुळे तोच घाईघाईनं तिच्याबरोबर बाहेर पडला.

पण....

एकदा मुलगी पाहिली, अन् ती आवडली, की तिच्याबद्दल माहिती काढून तिला गटवायला मला वेळ लागत नाही.

त्यानं सारिका माझ्या दृष्टीला पडू नये म्हणून जिवाचा आटापिटा केला ना?

मोजून सातव्या दिवशी सारिका माझ्या बरोबर होती!

आणि त्यानंतरचे दोन महिने मी सारिकाला नवीन, उत्कंठावर्धक

प्रयोग करून दाखवत होतो!

पण हे नाही लपत हं, कितीही लपवा!

ती रात्र अजून मला आठवते. सारिका मैत्रिणीकडे अभ्यासाला जाते म्हणून सांगून बाहेर पडली होती. ठरल्याप्रमाणे रात्री नऊ वाजता मला ती दस्तुर लॉजला जॉइन झाली.

सारी रात्र माझीच होती. तिलाही घाई नव्हती. अकरापर्यंत मी तिला नुसता फुलवत होतो.

अंऽऽ....हो. बाराचा सुमार!

खाडकन् दरवाजावर थाप पडली.

कोणी येण्यासारखं नव्हतंच!

मी झटकन् टॉवेल गुंडाळला. सारिकानं पायाजवळची चादर गळ्यापर्यंत ओढून घेतली. मी दार उघडलं.

करसनदास!....त्याच्यामागे सारिकाची आई! करसनदासपेक्षा त्याच्या बायकोच्या मनावर जाम परिणाम झाला. तिनं एकदा सारिकाकडे पाहिलं. प्रतिक्षिप्त क्रिया घडावी, तशी सारिका ताडकन् उठून बसली.

तिच्या विवस्त्र शरीराकडे नजर जाताच आईनं एक किंकाळी फोडली. छातीवर हात दाबून ती धाडकन् खाली कोसळली.

खलास!

नंतर मी खरंच भेटलो नाही सारिकाला.

आणि गंमत अशी, की करसनदास समोर आला की माझी मान खाली जायला हवी की नाही?

जात नव्हती!

करसनदासच खाली मान घालत होता, तर मी कशाला घालू?

त्या घटनेचा उल्लेखदेखील केला नव्हता कधी त्यानं. त्याच्या तुटकपणाबद्दलही कोणाला संशय येण्याचं कारण नव्हतं. कधी-कधी तो बोलका होतोयसं वाटायचं; पण तेवढंच ते. तो गप्प कसा बसला, ते मला त्या वेळी कोडंच होत.

आता तेही कोडं उलगडलंय!

त्या कोड्याचं उत्तर....त्यानंच मला मिदनापुर सोडायला लावलं.

सोडायला म्हणजे....चक्क गुल! बायकोला मी पळून गेल्याचं समजलं की....

बहुतेक काही वाटणार नाही तिला!

इतक्या वर्षांचा सहवास संपला म्हणून होणारं दु:ख, आणि सुटकेचा आनंद ह्यांची गोळाबेरीज शून्य असेल!

इब्राहिम सत्तारची कॅशच टॅली होत नव्हती. जवळ-जवळ साठ हजारांची चूक होती. घामाघूम झाला होता तो.

त्या दिवशीचं सांगतोय हं. म्हणजे परवाचीच घटना ही. मी पळून जायला निघालो. त्याच्या आदल्या दिवशीची.

तर, माझं काम उरकून मी निघण्याच्या मूडमध्ये होतो. तेवढ्यात सत्तार आला.

''ओ.के.?''

''सर....''

त्याच्या आवाजातला कापरेपणा जाणवला. मी चमकून त्याच्याकडे पाहिलं.

''काय रे सत्तार?''

''सर, कॅश टॅली होत नाही!''

''कितीचा फरक आहे?''

''साठ हजार.''

अक्षरश: सुन्न झालो मी. टेरिफिक शॉर्टेज होतं हे.

''सर, टोटल्स चेक केल्या. साठ हजारांच्या पटीत येऊ शकणारी पेमेन्ट्स चेक केली. डिफरन्स निघत नाही!''

जंग-जंग पछाडलं आम्ही.

रात्री एक वाजता चूक सापडली!

एकाच पार्टीनं दोन चेक्स प्रेझेन्ट केले होते. पार्टी नेहमीची. चेक्स बेअरर होते. एक चाळीसचा, एक वीसचा. पठ्ठ्यानं पेमेन्ट्स ओ.के करून देऊन टाकली होती. त्याच्यापर्यंत चेक्स आल्यानंतर एन्ट्री होणार होती.

नेमके दोन चेक्स करसनदासकडेच राहिले होते!

सत्तारच्या लक्षात आल्यावर चेक्स करसनदासच्या ट्रेमधे मिळाले होते.

सत्तारनं समाधानाचा सुस्कारा सोडला. एक ओली पार्टी मान्य केली. ताबडतोब दिलीपण त्यानं. तिथे उशीर नाही.

शब्बीरनं हॉटेल आणि दारूचं दुकान इतरांकरता बंद झालं, तरी सत्तारकरता डे अॅन्ड नाइट सर्व्हिस.

पहाटे चारच्या सुमाराला माझ्या कारनं मी सत्तारला लकडीबझारमधल्या त्याच्या घरी सोडलं. मी बझाररोडकडे निघालो. आरामात कार चालवली तरी पाच मिनिटं.

आता खरी गंमत आहे!

गंमत म्हणजे....तशी गंमत नाही. निदान माझ्या दृष्टीनं तरी नाहीच नाही. पण गंमत नेहमी 'अॅट अदर्स कॉस्ट' असते ना! म्हणून तुम्हाला गंमत वाटेल.

आणि.....दुसरं कारण गंमत म्हणण्याचं–

तसं म्हणण्यापलीकडे माझ्या हातात काहीच नाही! अतिशय दुःख झालं की त्यातून जगातला सर्वोत्कृष्ट विनोद निर्माण होतो; त्यातलाच हा प्रकार!

मी जेमतेम व्हरांड्यात आलो, आणि घराचा दरवाजा खाड्कन उघडला गेला.

कोऱ्या चेहऱ्यानं माझ्या समोर करसनदास 'छगनशेठ' उभा!

हसू नाही तर काय रडू?

ज्यानं कित्येक स्त्रियांना, आणि मुलींना तुडुंब सुख दिलं होतं, ज्याची शय्यासोबत करण्याकरता गावातल्या कित्येक शेठाणी जीव टाकत होत्या, त्या बिहारीची सख्खी बायको 'छगनशेठ' ला वश!

सांगा ना, हसू नाही तर काय रडू?

छगनशेठसारखी मान वेळवावीशी वाटली मला; पण मी तसं केलं नाही. कारण, मंदपणे हसत तोच मान वेळावत होता.

क्षणभर कसलाही संदर्भ लागेना मला; लागला तेव्हा मात्र संदर्भाची पाळंमुळं खणली होती मी.

तो बाहेर आला. हॉलमधल्या अंधारात मला बायकोची थरथरणारी आकृती जाणवली.

"बिहारी," छगनशेठच्या आवाजातला कडवट आनंद माझा सगळा अभिमान संपवून गेला,"तुला आणि सारिकाला एकत्र पाहिल्यावर मलादेखील असंच वाटलं होतं!"

बस्स्. इतकं बोलून तो गेला. मी आत शिरलो.

कसेबसे कपडे लपेटून ती कोपऱ्यात उभी होती. दिवा लावताच तिच्या चेहऱ्यावरची भीती स्पष्ट झाली.

मी पुढे टाकलेलं पाऊल झटकन् मागे घेतलं.

कोणत्याही क्षणी किंचाळून बेशुद्ध पडली असती ती.

गैरसमज झाला असावा तिचा. आता मी लाथा-बुक्यांनी तुडवणार....डोक्यात वरवंटा घालणार....रॉकेल टाकून तिला पेटवणार....गळा घोटणार....

किंवा, एकाच वेळी हे सगळं करणार!

पण मला ओळखलं नाही अजून तिनं. मी या प्रवृत्तीचा मनुष्य नाही. पापं करणारी माणसं मनोमन न्याय करतात. खरं म्हणजे, गावातल्या सर्वांत पापी माणसाला न्यायासनावर बसवावं, फार योग्य न्याय देऊ शकेल तो. कारण पापं करताना अंतर्मन सूचना देऊन त्यातलं पाप दाखवत असतं ना!

मला खरंच राग नाही आला तिचा; पण तिच्या निवडीची दया मात्र आली.

मी काहीही बोललो नाही.

दुसऱ्या दिवशी बँकेत गेलो. हिच्या नावावर ठेवलेले दोन लाख हिची सही करून काढून घेतले. बँकेला राजीनामा सादर केला.

गुडबाय टु मिदनापूर!...फॉर एव्हर!

त्यामुळे कोणताही, कसलाही निरोप नाही!

मेलोच तर....

कोणत्याही इंग्लिश व्हिस्कीची एक फुल बाटली, तिथे माझी राख पडली असेल, त्या जागेवर ओता!....ड्राय!

माझ्या आत्म्याला पोचेल ती!!

साहेबानं बोलणं संपवलं. तो शांतपणे उठला. कोणाकडेही न बघता, कडाडणाऱ्या पावसात चालायला लागला.

तो दीपमाळेशी पोचेपर्यंत प्रत्येकजण श्वास रोखून त्याच्या पाठमोऱ्या चिंब आकृतीकडे पाहत होता.

दीपमाळेइतकाच निश्चल होता तो. अंगातून पाऊस झिरपत होता.लखकन् चमकणाऱ्या विजांमधे त्याच्या चेहऱ्यावरचा निर्विकारपणा...

आली!

कड्कड्कड्कड्...

सर्र्....

साहेबांच्या दिशेनं सरसरत वीज आली. साहेब उजळला. सर्वांनी घट्ट डोळे मिटले.

कडाऽऽड् !

कानठळ्या बसणारा तो प्रचंड आवाज! हृदयं घशापर्यंत आली त्या आवाजानं सगळ्यांची.

खाडकन् डोळे उघडले गेले.

साहेब अजूनही निश्चल उभा होता. त्याच्या डाव्या हाताला वीसपंचवीस फुटांवर टेकडीला तडा गेला होता.

नंतरच्या दहा मिनिटांत वीज चमकलीच नाही!

◆◆◆

६

खांदे पडलेले. मान खाली. शांतपणे चालत साहेब परत आला. फार वाईट वाटलं सगळ्यांना.

तो मेला असता म्हणजे डोक्यावरची टांगती तलवार गेली असती. पापी कोण ह्याचा निकाल लागला असता. साहेब दिसायला गोरागोमटा आणि साधा वाटला तरी त्याचं आयुष्य चांगलंच लडबडलेलं होतं आणि तरीही तो परत आला होता!

त्याच्याहून पापी कोण असेल बरं आपल्यात?

"नंबर दोन कोण?"

"मी."

तीन गावकऱ्यांपैकी एक म्हणाला; पण उठून मात्र तिघं उभे राहिले.

"माझा चार नंबर आहे."

"माझा पाच."

"मग तुम्ही तिघं का उठलात?"

"तिघंही पापात पार्टनर आहोत आम्ही. प्रत्येकानं तेचतेच सांगण्यापेक्षा हा बेणारे तिघांच्या वतीनं बोलेल. आम्ही तिघं एकदमच जातो."

"आणि तिघांपैकी एकच...."

"शक्य नाही. प्रत्येक पापात प्रत्येकाचा एकतृतीयांश हिस्सा आहे. वीज पडली तर तिघांवर पडेल, नाहीतर कोणावरच पडणार नाही!"

"हरकत नाही?" मोहननं सर्वांकडे पाहत विचारलं.

कोणाची कशालाच हरकत नव्हती.

"बोल बेणारे," नंबर तीन खूष होऊन म्हणाला. चार आणि पाच स्वत:हून पुढे आल्यामुळे त्याचा नंबर मागे गेला होता. बेणारे एखाद्या भाविकासारखा शंकराच्या गाभाऱ्यात घुसला. त्याच्या टाळ्यांचा आवाज एखाद्या पैलवानानं दंड थोपटल्यासारखा प्रचंड झाला. एकवार त्यानं तोंडावर पालथा पंजा खडबडून 'बू-बू-बू' आवाज काढला.

"जय शंभो, शिवशंकर!....मृत्युंजया, कृपा करा!"

डोळे मिटून, हात जोडून तो विनवत होता. मोहन गालातल्या गालात हसत होता.

मृत्यूच्या उंबरठ्यावर बरा मृत्युंजय आठवला बेण्याला! पापं करताना नसेल आठवला.

बेणारेनं शंकराला उलटसुलट प्रदक्षिणा घातली. तो बाहेर आला. नंबर चार आणि पाच त्याच्या दोन बाजूंना उभे राहिले.

मी हंबीरराव बेणारे.

आता मी जे सांगणार आहे, त्याच जागी कान्होजी पाटील नाव घातलं की नंबर चारची कबुली तयार होईल आणि पांडू जगताप म्हटलं की पाच नंबर आला!

आमचे तिघांचे जन्म निरनिराळ्या घरांतले; पण अगदी लहानपणापासून तिघं एकत्र. तिघांनी एकत्र खाल्लं-प्यायलं, शाळेला ठरवून दांड्या मारल्या, शिक्षकांना ॲट अ टाइम तिघांनी धुतलं!

थोडक्यात म्हणजे, तिघांवर संस्कार एक. विचार एक. जगाकडे बघण्याचा दृष्टिकोन एक.

म्हणूच, 'मी' म्हणजे 'आम्ही-आम्ही तिघं.'

आता कबुली द्यायची म्हणून त्याला पाप म्हणायचं. नाहीतर माझ्या

मते मी कोणतंच पाप केलेलं नाही!

जे माझ्याजवळ नाही, ते तुमच्याजवळ मुबलक प्रमाणात आहे. त्यातलं मी थोडंसं मागितलं तर तुम्ही देत नाहीच, वर भिकारी म्हणून हिणवता!

मग मी ते जर हिरावून घेतलं, तर त्यात कसलं आलंय पाप?

थोडक्यात म्हणजे, मी चक्क चोऱ्या करतो! पण चोऱ्या करताना मी दुसऱ्याला पूर्ण गंगा करत नाही. राठोडशेठच्या तिजोरीत पन्नास-साठ हजार असताना मी फक्त चार-दोन हजार उचलून इतर पैशांचा मोह दूर सारू शकतो. कारण, राठोडशेठनं डोकं चालवून–फसवणुकीलासुद्धा डोकं लागतं या मताचा आहे मी!–मिळविलेले पैसे माझ्या चैनीकरिता नाहीत, हे मला कळतं.

सगळेच पैसे गेले तर मनुष्य हात धुऊन मागे लागतो. पन्नासांतले पाच गेले तर तेरी भी चुप, मेरी भी चुप! पाचांकरिता उरलेले पंचेचाळीस उजेडात आणत नाही तो स्वतःहून!

म्हणूनच मी आजपर्यंत टिकून आहे!

मला लोक पक्का चोर म्हणून ओळखतात; पण माझ्याविरुद्ध पोलिस-रेकॉर्ड नाही!

मी साहेबाप्रमाणे मुली-बाळींवर डोळा ठेवला नाही कधी. हेही कारण असेल. तसं झालं की लोक अंतर्बाह्य पेटतात. सूड घ्यायला टपून बसतात. आणि एकदा तुम्ही हातात सापडलात,की संपलात! भयानक बनतात लोक. ज्याचा संबंध नाही, तोही, ''उद्या माझ्या बहिणीला नासवशील!'' असली निरर्थक वाक्यं टाकून हात धुऊन घेतो.

आजपर्यंत शंभरच्या वर चोऱ्या झाल्या. जगलो तर शेवटपर्यंत तेच करणार! व्यसनच ते!

मेलो तर कणेलीच्या कोणत्याही लहान पोराला सांगा. गावात आनंद होईल. चार-दोन सत्यनारायण होतील.

दुःख कोणालाच होणार नाही; कारण कोणीच नाही मागे! दोन रुपये टाकून जे सुख मिळवता येतं, त्याच्याकरिता बायको नावाची तोंडाळ स्त्री

गळ्यात बांधायला मी मूर्ख नाही.

राहता राहिला मुलांचा प्रश्न. लग्नच न केल्यामुळे मुलंबाळं नाहीत. आणि तेच बरं आहे. हंबीरराव बेणारेची औलाद त्याच्याहून निराळी झाली नसती....नाही वाटत मला!

त्यांच्या परत येण्याबद्दल कोणालाच शंका नव्हती. साहेबाच्या पापांपुढे त्यांची पापं कचरा होती. त्यामुळे त्यांच्या परत येण्याचं कोणालाच आश्चर्य वाटलं नाही. वाईट मात्र वाटलं तिघांना.

इतरांना वाईट वाटायचं कारण नव्हतं. ते मृत्यूच्या दारापर्यंत जाऊन आले होते. संशयितांच्या यादीमधून त्यांची नावं वगळली गेली होती आणि आता फक्त तीनच नंबर उरले होते.

तीन,सहा आणि सात.

तो सुगंधी द्रव्याचा व्यापारी,अरुंधती आणि मोहन.

पैकी कोणाची कहाणी साहेबापेक्षा सरस ठरणार?

बघायचं होतं.

अशा प्रकरणात स्वत: गुरफटलेलं नसेल, तर त्रयस्थाच्या भूमिकेला फार मजा असतो.

सहा नंबर वासवाल्याचा. कसा थरथरत उठतोय् ! त्याचं ते फिक्कट हसणं....त्या मेलेल्या हालचाली....

हाच तो!

माननीय अध्यक्षांना नमस्कार करावा, तसा त्यानं शंकराच्या पिंडीला नमस्कार केला. सर्वांवरून नजर फिरवली आणि अवसान गेल्यासारखा मटकन् खाली बसला!

''चारजण परत आले; तुम्हीपण याल.''

आहे ना मजा त्रयस्थाच्या भूमिकेत? धीर देणाऱ्या गृहस्थाला हे वाक्य स्वत:ची पाळी आली तेव्हा सुचलं नव्हतं.

पण अशा वेळी अशी वाक्यं मनाला धीर देतात. मनुष्य शेवटच्या घटका मोजतोय, नाडी मधूनच लागेनाशी होतीय, वाचा गेलीय. मध्येच

शुद्ध हरपतीय, डॉक्टरांनी इंजेक्शन तयार केलं की वाटतं, वाचणार आता हा!

त्याचं तसंच झालं,

धीर करून तो उठला. बोलायला लागला.

माझं नाव गुलाबचंद दलीचंद.

कोंढणपूरला माझा अत्तरांचा व्यापार आहे. दुकान छान चालतं, अजून तरी माझ्या मागे काय होईल, सांगता येत नाही. दोन मुलं नालायक आहेत. त्यांना व्यापार जमणार नाही. तिसरी मुलगी आहे. ती व्यापार करते. पण तिला अत्तरांतलं काही कळत नाही.

मग, ती कसला व्यापार करते?....दोन मुलं काय करतात?

येईलच ओघाओघानं सगळं. कोणाला सांगितलेलं नाही मी; पण आज परक्या माणसांना सांगतोय. कारण त्याबद्दल तुम्हाला लाजबीज वाटायचं काहीच कारण नाही. वाटलीच तर मला वाटेल; पण ते चिन्ह दिसत नाही.

साहेबापेक्षा माझी कबुली सरस आहे. म्हणजेच मी परत येणार नाहीये!

सत्तर वर्षांत ज्या कृत्यांचा पश्चात्ताप झाला नाही, त्यांच्याबद्दल मरताना पश्चात्ताप करणं माझ्या स्वभावात नाही. हा खरा पश्चात्तापच नाही. मृत्यूनंतरच्या यमयातनांना घाबरून दिलेला कबुलीजबाब ठरेल तो फारतर.

म्हणूनच मला तसं काही वाटत नाहीये.

आता, मी ज्यांना मुलं-मुलं म्हणतो, तीसुद्धा मोठी आहेत. पहिला पन्नास वर्षांचा आहे. दुसरा चव्वेचाळीसचा आणि लहान मुलगी अडोतीस वर्षांची आहे.

त्या बाळंतपणात माझी बायको मेली. तेव्हापासून मी विवाह केलेला नाही. तशी गरजच भासली नाही.

आणि माझी मुलगीही अविवाहित आहे. तिला लग्नाची गरज भासलेली नाही. आणि आता तिच्याशी कोणी लग्न करेलसं वाटत नाही.

मुलांनी मात्र लग्नं केली. बरं झालं एक प्रकारे ते.

ते सगळं येईलच पुढे.

सुरुवात कुठून झाली ते सांगतो. सुरुवात केली की शेवट आपोआप होतो.

त्या वेळी मी पंचेचाळीसच्या आसपास होतो. आजच्यासारखं शरीर पोखरलेलं नव्हतं. तब्येत दणकट होती.

मोठ्या सुखदेवचं लग्न होऊन दीड-दोन वर्षं झाली होती. त्याची बायको म्हणजे केळीच्या गाभ्यासारखी गोरीपान, घाऱ्या घाऱ्या डोळ्यांची, डाळिंबी ओठांची, अन् विशीतलं कडक तारुण्य!

सुखदेव अशा पोरीला नांदवत नव्हता!...वेडा! मलिकाच्या वडिलांनी दहेज पूर्ण केला नव्हता. ते तिला कपडालत्ता पाठवू शकत नव्हते. म्हणून राग त्याचा!

मी समजावून सांगितलं त्याला कितीतरी वेळा; पण सगळं पालथ्या घड्यावर पाणी!

मलिका तिच्या पलंगावर रात्र-रात्र तळमळायची. हे वेडं जायचं बाहेर शेण खायला!

पण तिनं माहेरी जायचं नाव नाही काढलं हं कधी. कधी त्रागा नाही, की चिडचीड नाही, का कधी सुखदेवाला टाकून बोलणं नाही.

एक दिवस तिच्या या शांतपणाचं रहस्य समजलं मला.

त्या दिवशी रात्री दीड-दोनच्या सुमाराला अचानक जाग आली. परत झोप लागायलाच तयार नाही. सारखं विचित्र वाटत होतं, बस्स! अधून-मधून मला तसं व्हायचं. सारा दिवस एका अस्वस्थ बेचैनीत जायचा. कुरूप, बेढव बायकांबद्दलही मनात भलतेसलते विचार यायचे.

त्यांतलाच दिवस असावा तो. दिवसभर दुकानात लक्ष लागलं नव्हतं. रस्त्यातून येणारी-जाणारी प्रत्येक स्त्री उपभोगण्याची इच्छा होत होती. नारायणदासची बेढव आई त्या दिवशी दुकानातून अत्तर घेऊन गेली, तरी माझ्या काळजाचा ठोका चुकला होता. तिच्या अस्ताव्यस्त स्तनांवर नजर जाताच कानशिलं गरम झाली होती.

पहाटे चारपर्यंत मी तसाच तळमळत पडलो होतो. चारच्या सुमाराला मलिकाच्या खोलीतून मला कंगन वाजल्याचा आवाज आला. तिचा पलंग दोन-तीनदा करकरला, जाड भिंतीतूनही तिच्या कपड्यांची सळसळ माझ्यापर्यंत आली आणि ते विचित्र वाटणं सुरू झालं.

जलद श्वासोच्छ्वास. ह्रदयाची धडधड वाढलेली. कानशिलं गरम.

झोपेत तिच्या छातीवरचा पदर सरकलेला असेल. घागरा पोटऱ्यापर्यंत वर गेला असेल....कशी दिसत असेल ती?

वास्तविक मलिकाबद्दल असे विचार माझ्या मनात यायला नको होते. ती माझ्या मोठ्या मुलाची पत्नी होती.

पण खरं सांगू?....शेवटी, स्त्री आणि पुरुष, ही दोनच नाती खरी!

थरथरत्या पावलांनी उठून मी हळूऽच बाहेर आलो. मलिकाच्या खोलीपाशी जाऊन उभा राहिलो.

त्या खोलीच्या दरवाजाला मध्ये जी फट आहे, तिला डोळा लावला की आतलं दिसतं.

मलिकाच्या अंगावर बोटभरदेखील चिंधी नव्हती!

बाबुलनाथ–माझा दुसरा मुलगा–मनसोक्तपणे तिला कुस्करत होता!

आधी खूप संतापलो मी; पण मग त्यातला निरर्थकपणा माझ्या लक्षात आला.

ती तिची गरज होती....त्याची चैन!

बाजारातून आणलेलं, किंवा माळ्यानं दिलेलं फळ एकानं खाल्लं नाही, तर दुसरा खातो! का ज्याला दिलं, त्याच्याच नावानं कुजवायचं ते?

अर्धा तास फटीला डोळा लावून मी पाहत होतो. नंतर माझ्या खोलीत पळालो.

बाबुलनाथ त्याच्या खोलीत गेल्याची चाहूल लागताच पुन्हा उठलो.

खडा टाकायला हरकत नव्हती.

मी मलिकाच्या खोलीपाशी गेलो, तेव्हा दरवाजा नुकताच लोटलेला होता. हळूच दरवाजा लोटून मी आत शिरलो. अन् मला ती दिसली.

हवी तशी!

माझी चाहूल लागताच ती दचकून उठली.

"बाबुल गेला?" घोगऱ्या आवाजात मी विचारलं अन् त्या प्रश्नातच सर्व काही आलं!

तिचा विरोध केव्हाच गळून पडला होता!

अव्याहतपणे हा दिनक्रम चालू होता. मी आणि बाबुल, दोघंही एकमेकांना ओळखून होतो; पण कोणीही ओळख दिली नव्हती.

पण त्याचा परिणाम इतका विचित्र होईल, हे मला माहीत नव्हतं.

त्या रात्री मी मलिकाच्या खोलीत गेलो नव्हतो. शांत झोप लागली होती मला.

अन् अचानक जाग आली.

कोणीतरी आवेगानं मला मिठी मारून कुरवाळत होतं. कोवळा लुसलुशीत स्पर्श जाणवत होता.

मी दचकून डोळे उघडले.

"बाबुलला घरच्या झाडाचीही फळं गोड लागतात!" ती माझ्या कानात कुजबुजली.

क्षणार्धात उलगडा झाला मला.

मला आणि बाबुलला मलिकाबरोबर बऱ्याचदा पाहिलं होतं तिनं. तिच्या कोवळ्या मनावर हिडीस परिणाम झाला होता.

पण आता त्या चक्रातून सुटणं माझ्या हातात नव्हतं. बाबुलनाथनं नासवून चटक लावली होती तिला!

मीच लावलेल्या झाडांची फळं मी खात होतो!

माझी धाकटी मुलगी होती ती!!

आता मी म्हातारा झालोय्; पण ती अजून तरुण आहे. अडोतीस हे वय विरक्तीचं नाही.

बाहेरची गिऱ्हाइकं करते ती. दहा-बारा वर्षं झाली. तीही शांत आहे. आम्हालाही भरपूर पैसा मिळतो.

तिचा आणि मलिकाचा!

सासरा....सून...मुलगा....नवरा....

कित्येक वर्षांपूर्वी नाती मेलीयत ही!

आमच्या घरात फक्त दोनच नाती आहेत.

भोग्य....आणि भोक्ता!

हा धक्का मात्र जबरदस्त होता.

गुलाबचंद चक्क परत आला होता!

ऐकूनच जीव दडपेल अशी कथा होती त्याची. त्याच्याकडे बघतानाही सगळे एखाद्या किळसवाण्या महारोग्याकडे पाहत आहेत, असं वाटत होतं.

तो नक्की मरणार या कल्पनेनं अरुंधती आणि मोहन सुखावले होते. तो मरावा अशी प्रत्येकाची मनोमन इच्छा होती. इतक्या घाणेरड्या आचारविचारांचा माणूस त्यांनी आजवर पाहिला नव्हता आणि ते कबूल करण्याइतका निर्लज्ज तर नाहीच नाही!

''अरुंधती, आता तुझा नंबर आहे!'' उदास स्वरात मोहन म्हणाला.

अरुंधती फिक्कटपणे हसली. तिच्या मते साहेब आणि गुलाबचंद परत आले, त्या अर्थी ती नक्कीच परत येणार होती! त्यांच्या मानानं तिचं पाप काहीच नव्हतं!

कुंकू लावण्याच्या समारंभाच्या वेळी सासऱ्याच्या पाया पडावं तसा तिनं शंकराला नमस्कार केला. ती परत आली.

''मी अरुंधती राव. मिसेस् राव!''

मोहननं चमकून तिच्याकडे पाहिलं, तशी ती गालातल्या गालात हसली.

मी किकरीची. मिस्टर रावांचं घर किकरीला आहे. पण मी मेले तर त्यांच्या घरी कळविण्याची आवश्यकता नाही आणि रावांना कळविण्याचा प्रश्न येतच नाही!

''का?''

''कारण मोहननं माझ्या कारमध्ये जे प्रेत पाहिलं, ते मिस्टर रावांचं होतं!''

''तू....तू....''

''ते सगळं येईलच आता. आधी निरोप सांगते. मंडणला नव्यानं एक टेलरिंग फर्म निघालीय. 'जे. फ्रान्सिस स्टाईल' नावाची-''

''हो. मला माहितीय् ती.''

''त्या फ्रान्सिसला तूच निरोप सांग मोहन. म्हणावं, तुझी अरू

तुझ्याशी कधीच बेइमान नव्हती! तुझ्या प्लॅनप्रमाणे तिनं मिस्टर रावांचा सगळा बँक बॅलन्स लंपास केला होता. रावांना मारून ती तुझ्याकडेच यायला निघाली होती. दुर्दैवानं ती अपघाताच मेली! उदार मनानं तिला क्षमा कर. दुसरं लग्न करून सुखी हो!

''या जन्मात नाही....पुढच्या जन्मात आपलं मिलन होईल!''

दोन्ही हात तोंडावर झाकून ती रडायला लागली.

मोहन भकास नजरेनं तिच्याकडे पाहत होता. हृदय पिळवटलं गेलं होतं त्याचं. अरुंधती मॅरिड आहे, आणि फ्रान्सिससारख्या भुक्कड तरुणाकरिता तिनं नवऱ्याचा खून केला आहे, ही कल्पनाच त्याला असह्य होती. तिच्याबद्दल निर्माण झालेल्या हळुवार प्रतिमेला तडा गेला होता.

तिचे अश्रू पुसावेत अशी इच्छाही त्याला होत नव्हती!

पंधरा-सोळा हे वय तसं अर्धवट समजण्याचं. या वयात मन कल्पनेच्या जाळ्यात स्वतःला गुंतवतं. स्वप्नं पाहायला लागतं. त्यांतली खरी कोणती होऊ शकतील....वाईट परिणामांची कोणती....

काही कळतच नसतं तर!

मात्र या वयात मनावर एखादी प्रतिमा ठसली, तर ती कायमची ठसते!

माझं तसंच झालं.

फ्रान्सिस तेव्हा किकरीमध्ये होता. त्याच्या व्यवसायात तो प्रवीण होता. त्याला पैसा भरपूर मिळत होता. शिवाय तो गावातल्या नाटकात कामं फार सुरेख करायचा.

त्याची मूर्ती माझ्या मनावर ठसली अन् माझ्या निरागस हसण्यावर फ्रान्सिस भाळला.

इन्टरकास्टला लोकांचा विरोध होईल वगैरे विचार मनात आणण्याचा काळच नव्हता तो. दोघंही धुंद-फुंद होतो.

प्रेम करताना प्रेमी डोळे मिटतात; पाहणारे नाही!

गावात सगळीकडे बोंब होण्याच्या आधीच भावानं पंधरा-वीस गुंडांच्या मदतीनं फ्रान्सिसचं दुकान अक्षरशः नांगर फिरवल्यासारखं खलास केलं. गळ्यात हात बांधून फ्रान्सिस मंडणला गेला.

जवळचाच मुहूर्त गाठून मी मिसेस राव झाले!

मिस्टर राव तसे बरे होते दिसायला; पण फ्रान्सिसच्या मानानं खूपच डावे. त्यांचं पोटही थोडं सुटलेलं होतं, डोक्याचे केस टाळूवर विरळ व्हायला लागले होते आणि त्यांना चष्माही होता!

एवढं नसतं तर ते चांगले दिसले असते!

लग्नाला चांगलं एक वर्ष झालं तरी मी रावांशी समरस होऊ शकले नव्हते. फ्रान्सिसच्या आठवणींनी जीव व्याकूळ होत होता.

अन् एक दिवस राव आणि मी मंडईत गेलो असताना एका मुलानं माझ्या हातात एक चिठ्ठी कोंबली.

फ्रान्सिसची होती ती. मला विसरू शकत नव्हता तो.

पुन्हा एकदा माझ्या मनानं उचल खाल्ली. मध्यस्थामार्फत पत्रव्यवहार सुरू झाला.

आणि मागच्या आठवड्यातलं त्याचं शेवटचं पत्र!

कसंही करून मी रावांना मरून मंडणला जायचं होतं. पुढची जबाबदारी त्याची होती. योगयोगच म्हणावा लागेल हा.

फ्रान्सिसची चिठ्ठी मिळाली, त्याच दिवशी रावांना त्यांच्या साडूंचं पत्र मिळालं. धंद्यात त्यांना अडचण आली होती. त्यांना पैशाची फार गरज होती.

रावांनी बँक बॅलन्सेस काढून घेतले. चार-पाच मित्रांकडून पैसे उचलले. जवळ-जवळ तीस हजारांची रक्कम उभी केली त्यांनी, त्या चार-पाच दिवसांत.

ते निघाले. त्याच्यांबरोबर चेंज म्हणून मीही निघाले.

राव पुढे बसून कार चालवत होते. मागच्या सीटवर बसून मी संधीची वाट पाहत होते. माझ्या हातात छोटीशी पहार होती.

दुपार उलटायच्या सुमाराला रावांनी कार थांबवली. निर्जन रस्त्याचा फायदा घेऊन मी त्यांच्या डोक्यावर फटका मारला.

मेले ते! तिसऱ्या फटक्याला मेले!

आता प्रेतासकट फ्रान्सिसपर्यंत पोचायचं, एवढंच माझं काम होतं. मी त्यात यशस्वी होणार याबद्दल माझी आतापर्यंत खात्री होती. पण....आता

कशाचीच खात्री नाही मला!

अरुंधती राव परत आली आणि पहिल्यांदाच मोहनला पोटात खड्डा जाणवला.

मी?....मी पापी? माझ्याकरिता वीज थांबली होती?

हो ना, माझ्याशिवाय कोण उरलंय आता?

त्याचे ओठ थरथरले. मृत्यूच्या कल्पनेनं डोळ्यांच्या कडांना पाणी जमा झालं. पाय लटपटले.

त्यानं शंकराला नमस्कार केला.

"माझ्याजवळ सांगण्यासारखं काही नाही." तो काळुळतीला येऊन म्हणाला.

"शेवटच्या क्षणी तरी खोटं बोलू नकोस!" गंभीर स्वरात साहेब म्हणाला.

"आता, पापाची कबुली द्यायची वेळ आल्यावर गर्भगळित झालास! पाप करताना नाही लाज वाटली?"स्वत:च्या लेकीसुनांचा भोग घेऊन गलितगात्रं झालेला गुलाबचंद ठणकावत होता त्याला!

त्याही परिस्थितीत मोहनला हसू आलं.

"हे बघा, माझी हकीकत काहीच नाही. माझ्या अंगावर वीज पडलीच तर गेल्या जन्मीचं पाप समजेन मी ते! आणि गेल्या जन्मीचं जाणायला मी काही तेवढ्या अधिकाराचा नाही!

"माझं नाव मोहन वाघ. मी मेकॅनिक साईडचा मनुष्य आहे. मला प्रिंटिंग मशिन्स, लेथ्स ह्यांची दुरुस्ती करता येते. माझ्या दृष्टीनं, मुंबईला जाऊन मी तो धंदा केला, तर मी हजारो रुपये कमवीन आणि वडिलांना वाटत होतं, मी गावातच राहावं, शेतीवाडी-इस्टेट सांभाळून आसपासची कामं करावीत.

"आमचे मतभेद झाले. भांडणं पराकोटीला गेली. मी घरातून बाहेर पडलो. संपलं.

"मेलो तरी घरी देण्यासारखा निरोप काही नाही!"

त्याच्या हकीकतानं सर्वांची निराशा झाली. तो मरणार म्हणजे त्याची

हकीकत साहेब आणि गुलाबचंदपेक्षा जबरदस्त असणार, असं प्रत्येकाला वाटलं होतं.

मोहननं एकदा अरुंधतीकडे पाहिलं.

''संधी मिळाली असती तर मी नक्की लग्नाबद्दल विचारलं असतं तुला!'' धीटपणे तो म्हणाला. आणि तिला आश्चर्यात ठेवून सरळ दीपमाळेच्या दिशेनं चालायला लागला.

आयुष्य मातीमोल होताना पाहून पावलापावलाला वाईट वाटत होतं त्याला.

दीपमाळेला टेकून त्यानं समोर पाहिलं.

चमत्कार!

महादेवाची पिंड सतेज होत होती. तिच्यातून अचानक तो म्हातारा बाहेर पडला. हसला. अदृश्य झाला. पिंड पुन्हा काळवंडली. मोहनखेरीज कोणाचंच लक्ष नव्हतं. प्रत्येकजण त्याच्याकडे पाहत होता.

लखकन् विजा चमकल्या. ढग गडगडले. एक विद्युत्-रेखा लवलवत सटकन् दीपमाळेच्या दिशेनं झेपावली.

मोहननं प्राणभयानं डोळे मिटून घेतले.

तरीही त्याला विजेचा प्रकाश जाणवत होता.

कानठळ्या बसविणारा आवाज झाला, अन्....

तब्बल दहा मिनिटांनी डोळे उघडले त्यानं.

जिवंत होता! त्याच्या अंगावर वीज कोसळली नव्हती.

''बघा. पाहिलंत....?''

त्यानं किंचाळून विचारलं. पुढचा प्रश्न घशातच अडकला त्याच्या!

समोरचं शंकराचं मंदिर पार ठिकऱ्या-ठिकऱ्या होऊन कोसळलं होतं. कोणाचाही मागमूस नव्हता!!

म्हाताऱ्यानं सांगितलेली दासाची गोष्ट त्याला जशीच्या तशी आठवत होती!

अन् तो वेड्यासारखा त्या निर्जन प्रदेशाकडे एकटक पाहत होता.

योगायोग

९

बोटीवर पाऊल ठेवलं खरं; पण मनात चांगलीच धाकधूक होती. सिटी-सर्व्हिसच्या बसमधून फिरतानासुद्धा मला बस लागली होती. पुढच्या प्रवाशाच्या कोटाच्या कॉलरवर आणि कॉलरवर रुळणाऱ्या त्याच्या फॅशनेबल केसांवर मी मनात नसतानाही ओकलो होते.

त्या वेळी ते कसं घडलं, मलाही सांगता येणार नाही आता. हॅर्टा माझ्याशेजारी बसून मला त्या त्या विभागातले वैशिष्ट्यपूर्ण भाग दाखवत होती. मीही थोडासा तिच्या गुबगुबीत शरीरावर झुकून खिडकीबाहेर पाहण्याचं नाटक करत होतो. हॅर्टा खिडकीच्या बाजूला बसली होती, हे एक प्रकारे चांगलंच फावलं होतं मला. बाहेर बघण्याचं नाटक करून साळसूदपणे तिच्या अंगावर रेलता येत होतं.

बस ड्रायव्हरनं थोडासा ब्रेक मारला, तरी मी डोळस होतो. त्या वेळी एक आयडिया चांगली उपयोगी पडली होती.

बावळटासारखा चेहरा करून हातांची घडी घालून बसायचं! जे करण्याकरिता आटोकाट प्रयत्न करावे लागतात, ते विनासायास साधून जातं. बस थोडीशी हलली तरी माझ्या उजव्या हाताचा कोपर तिच्या टणक, मांसल स्तनावर घासला जात होता.

अर्थात हॅर्टाच्या हे लक्षात आलं नसेल असं नाही; पण

एक तर अशा गोष्टी बोलून दाखवता येत नाहीत. बस फुल् होती. अगदी बॉम्बेस्टाईल लोक कोंबले होते बसमध्ये. काय बोलणार?

काही वेळा नाही म्हटलं तरी कोपर जरा जास्तच हलायचा, अगदी तिच्या लक्षात यावं इतका; पण माझा नाइलाज होता. आज हॅर्टा मला गाइड म्हणून मिळाली होती. उद्या बार्बाराला जाताना हॅर्टाच असेल असं सांगता येत नव्हतं. त्या वेळी गाईड म्हणून सांस्कृतिक भवननं जर एखादी पन्नाशीची ढापणी बरोबर दिली असती,तर मी काय करणार होतो? अगदी काही करायचंच म्हटलं तर हातांची घडी मला माझ्या मांड्यांपर्यंत खाली आणावी लागली असती!

फेअरडील इन्टरनॅशनलच्या गगनचुंबी इमारतीला वळसा घालून आमची बस अपर ब्लॉकला शिरली. आणि....

ते मला जाणवलं. पोटात रवी घुसळत होतं कोणीतरी! ब्रेकफास्टला खाल्लेलं स्वीट कॉर्न चिकनसूप, चिकन कटलेट आणि रॉसबेरी शेक ढवळून घशापाशी आलं होतं!

"हॅर्टा...." मी अचानक म्हणालो आणि मला काय होतंय् ते सांगण्याऐवजी मी प्रत्यक्षच दाखवून दिलं!

बुळुक् !....वॉ ऽ क् !

पचक्!

"हे ऽ....यू शॅबी फेलो!" पुढचा माणूस कळवळून ओरडला. ओरडणारच म्हणा. त्याच्या अंगावरचा कित्येक डॉलर्सचा कोट....त्यावर मी मॉडर्न आर्टमध्ये मोडणारं डिझाईन काढलं होतं. न्हाव्याच्या दुकानात चार तास मोडून सेट् करून घेतलेले त्याचे केस मल्टिकलर्ड झाले होते.

बिच्चारा! त्याचा इतकाच दोष होता, की तो माझ्यापुढे बसला होता.

आईशपथ, त्या दिवशी हॅर्टानं त्याची समजूत काढली नसती, तर त्याच्या सहाफुटी देहानं अनंत हातांनी माझा खिमा केला असता. पण हॅर्टानं त्याला चुचकारलं आणि विचित्र नजरेनं माझ्याकडे बघून तो काहीतरी पुटपुटला.

पण तेवढ्यावरच भागलं होतं.

मी आणि हॅर्टा त्यानंतरच्या पहिल्याच स्टॉपला उतरलो हे सांगायलाच नको म्हणा! उतरताना मी कंडक्टर्स बॅगमध्ये पाच डॉलर्सची एक नोट टाकली होती — बस स्वच्छ करण्याकरिता म्हणून. अर्थात तेही हॅर्टानंच सुचवलं मला; नाहीतर माझ्या डोक्यात नसतं आलं.

माझ्या त्या दिवशीच्या कलेमुळे हॅर्टाचा सगळा मूड ऑफ झाला होता. ती मला कुठेही न्यायला तयार नव्हती. एक नशीब, तिचे आणि माझे कपडे सेफ होते. नाहीतर खात्रीनं तिने मला वाटेतच सोडून दिलं असतं.

मी पण मग फारसं काही पाहण्याच्या भरीस पडलो नाही. तिनं सरळ एका कॅबला हात केला. त्याला सांस्कृतिक भवनचा पत्ता सांगितला. भवन येईपर्यंत मी एकदाही तिच्या नजरेला नजर दिली नव्हती, का हाताची घडी घालण्याचा प्रयत्न केला नव्हता!

तो संपूर्ण दिवस मी हॅर्टाबरोबर टी.व्ही. पाहण्यात आणि आरामात पडून ड्रिंक्स घेण्यातच घालवला. हॅर्टाच्या दृष्टीनेही मला विश्रांतीची आवश्यकता होती. उद्या बार्बारा केव्ह्जला जाताना मी फ्रेश असायला हवा होतो.

तिला सगळ्यात काळजी होती माझ्या बक्कन् ओकण्याची. मला पेट्रोल आणि डिझेलचा वास सहन होत नाही, हे तिच्या लक्षात आलं होतं. आणि बार्बारा केव्ह्ज म्हणजे सरळ-सरळ चौदा तासांचा समुद्री प्रवास!

खरंच, काय होणार होतं कुणास ठाऊक?

ओकण्याबद्दलही काही नाही; पण ओकणाऱ्याच्या बरोबरच्या माणसाची फार म्हणजे फारच ऑकवर्ड पोझिशन होते.

उगाचचं हं. वास्तविक माझ्याबरोबरचा माणूस ओकला याला मी जबाबदार नसतो. मी काही त्याच्या घशात बोटं घातलेली नसतात; पण बरोबरचा माणूस ओकला म्हटलं, की आपल्यालाच विचित्र होतं.

हॅर्टाच्या मनातली धाकधूक तीच होती. उद्या अमोल चैनानीबरोबर गाइड म्हणून पुन्हा आपलीच निवड झाली तर?

आणि तिच्या दुर्दैवानं आणि माझ्या सुदैवानं तिची भीती खरी ठरली! रात्री साडेआठ वाजता डायनिंग हॉलमध्ये प्रेसिडेन्टनं तिला ते सांगितलं.

"हॅर्टा ऽ"

"येस, प्रेसिडेन्ट?"

"आता अमोलची तब्येत कशी आहे?"

"ही इज फाइन ॲज अ हॉर्स, सर."

"व्हेरी गुड. उद्या त्याला बार्बरा केव्ह्जला जायचंय् ना?"

"हो. त्याच्या ग्रुपमधले तेराजण आहेत."

"होय, मला माहितीय् ते. आज संध्याकाळीच लिस्ट पाहिली मी. बाकीचे बाराजण सेन्ट विनला जातायृत ना?"

"येस प्रेसिडेन्ट, त्यांना घेऊन मी सकाळी शार्प सहाची ईस्टएण्ड ट्रेन गाठते आणि... "

"हू ब्लडी टोल्ड यू?"

"अं?"

"तू अमोल चैनानीच्या ट्रूपबरोबर जाणार आहेस."

"ओह!....प्ली ऽ ज...."

"हॅर्टा, काय वेडेपणा आहे?"

"सर...."

ती का नाही म्हणतीय, ते माझ्या लक्षात आलं आणि जीन पिता पिता माझा चेहरा खरकन उतरला. माझं ओकणं आणि हाताची घडी बाधली होती मला.

"हॅर्टा, असं नाही करू. तू नाही म्हणताच अमोलचा चेहरा बघ कसा पडला! उद्या तो भारतात परत गेल्यावर काय सांगेल?"

"सर...."

"यू विल हॅव टु गो!....दॅट्'स ऑल!"

प्रेसिडेन्टनं फायनली ठणकावून सांगितलं आणि हॅर्टानं त्यावर एक शब्दही न बोलता ते मान्य केलं. कौतुक वाटलं मला तिचं. तिच्या जागी जर एखादी भारतीय तरुणी असती, तर वाद फार मस्त रंगला असता.

पण हॅर्टानं एकच केलं. रात्रीची जेवणं उरकल्यावर मला सांस्कृतिक

भवनच्या कारमध्ये कोंबलं, आणि सरळ डॉ. वेलस्लीपुढे नेऊन उभं केलं!

"गुड इव्हिनिंग डॉक."

"गुड इव्हिनिंग. भारतीय पाहुणे काय म्हणतात?" माझ्याशी हस्तांदोलन करत डॉ. वेलस्लीनं उबदार शब्दांत विचारलं.

"खूष आहेत सगळे."

"याला काही होतंय?"

"तसं काही विशेष नाही. उद्या आम्ही सकाळी सात-तीसच्या ब्यूटी क्वीननं बार्बाराला जातोय."

"चांगलंय. याला ते ठिकाण निश्चित मानवेल. विशेषतः....तुझ्या सहवासात केव्ह्ज पाहणं."

"डॅम इट डॉक!" माझ्याकडे एक तुच्छतादर्शक कटाक्ष टाकून हॅर्टा म्हणाली आणि मला अचानक लोकरवाली मेन्ढी झाल्यासारखं वाटलं.

"तू याला घेऊन इकडे कशी आलीस?"

"डॉक्टर, हा ओकतो!" ती मख्खपणे म्हणाली आणि डॉक्टरांनी अगदी विचित्र नजरेनं माझ्याकडे पाहिलं. च्यायला! उद्या ओकलो तर तुझ्या दिशेनंच तोंड करून ओकीन! फार संताप आला मला तिचा. नवऱ्याला एका गुप्तरोग-तज्ज्ञासमोर उभं करावं, अशा थाटातच बोलत होती.

"ओकतो?....कुठे ओकतो?"

"कुठेही!"

डॉ. वेलस्ली दोन पावलं मागे सरकले. जणू आता त्यांच्या अंगावरच ओकणार होतो मी! झक मारायला, त्याच वेळी जांभई आली म्हणून आ वासला होता मी!

"तिकडे-तिकडे....बेसिनमध्ये!"

मी शांतपणे आ मिटला, आणि दोघांकडे पाहिलं. दोघांनाही हायसं वाटलं असावं.

"याला बोट लागणार!" महाप्रलयाचं भविष्य वर्तवावं, अशा थाटात गंभीरपणे डॉ. वेलस्ली म्हणाले.

"हो. म्हणूनच तुमच्याकडे घेऊन आले."

“असं कर! मी तुझ्याजवळ चोवीस गोळ्या देऊन ठेवतो. रात्री झोपताना त्याला तीन गोळ्या दे. सकाळी प्रवासाला निघण्यापूर्वी तासभर आधी सहा गोळ्या दे. आणि तरीही प्रवासात तसं वाटलंच, तर त्याला तीन-तीन गोळ्या देत रहा.”

“डॉक्टर, उद्या गोळ्यांनीच पोट भरणार तर माझं!” आता बोट लागणार नाही या कल्पनेनं सुखावत मी म्हणालो.

“ऑफ कोर्स! नाहीतरी तुला त्यावरच समाधान मानावं लागणार आहे.” मिस्कीलपणे हसत डॉ. वेलस्ली म्हणाले.

“म्हणजे?”

“सकाळी उठल्यापासून याच्या पोटात पाणीसुद्धा जाता कामा नये! गोळ्या गिळण्यापुरतंच पाणी दे! रिकाम्या पोटी प्रवास केला म्हणजे काही होत नाही!”

“डॉक्टर!....अहो, चौदा तास....”

“त्याला नाइलाज आहे अमोल! वार्बाराला उतरलास की अगदी पोटभर जेव!”

झालं! आता संपूर्ण प्रवासात हॅर्टा माझ्यावर नजर ठेवून राहणार होती! आधी माहीत असतं, तर आता अगदी अपचन होईपर्यंत ताव मारला असता. उद्या रात्री नऊपर्यंत निश्चिती! तीस वर्षांच्या आयुष्यात कधी ‘निर्जळा’ केली नव्हती. आज वाट्याला आली होती ती!

“डॉक्टर, त्याला थकवा जाणवला तर?”

“नाही जाणवणार. मनुष्य अन्नपाण्यावाचून आठवडासुद्धा काढू शकतो आणि बोटीवर हा झोपेलच. बहुतेक जाग नाही यायची त्याला!”

च्यायला! हा डॉक्टर माणसांचा आहे का गुरांचा? चौदा तास मी बोटीवर प्रवास करणार. अथांग सागर पाहावा, उसळणाऱ्या लाटा अनुभवाव्यात, बोटीवरचं जीवन चाखावं, म्हणून मी उद्या प्रयत्न करणार होतो आणि हा मला झोपवून ठेवायला बघतोय्!

एकशे एक वेळा ओकलो तरी हरकत नाही; एक गोळी खाणार नाही!

मी मनाशी ठाम निश्चय केला आणि तो तंतोतंत पाळला.

रात्री हॅर्टानं स्वत: मला तीन गोळ्या आणि अर्धा ग्लास पाणी आणून दिलं.

"घे, पाण्यात मुद्दाम ग्लुकोज मिसळलंय्."

पहिल्यांदाच तिच्या स्वरातला सहानुभूतीचा ओलावा जाणवला मला. मी तिच्याकडे पाहिलं. येशू ख्रिस्ताच्या प्रेमळ नजरेनं ती माझ्याकडे पाहत होती.

विरस झाला माझा!

मी निमूटपणे तिच्या हातातून ग्लास घेतला. गोळ्या घेतल्या. टेबलावर ठेवून दिल्या.

"घे ना."

"झोपताना घेईन."

"म्हणजे, आता काय करणार आहेस तू?"

"मी गीता-दर्शन वाचणार आहे!"

तिनं डोळ्यांच्या पापण्या फडफडवत माझ्याकडे कौतुकानं पाहिलं. ती एका खुर्चीत बसली.

"तुला गीता समजते?" तिच्या स्वरात आश्चर्य ओतप्रोत भरलेलं होतं.

"समजते म्हणजे? मी गीतेवर लिहिलेल्या प्रवचनांची चौथी एडिशन संपत आलीय्....तीन लाखांची!"

काहीच कारण नव्हतं मला थाप मारण्याचं. पण मला कुठे माहीत होतं, की थाप अंगाशी येणार आहे!

"ओह गॉऽड! तू प्रवचनं लिहितोस? स्वामी विवेकानंदांसारखी?"

"हं." मी आढ्यतेखोरपणे तिच्याकडे दुर्लक्ष करत हुंकारलो. दिवसभरात तिनं जी तुटक वागणूक दिली होती, त्याचा पुरेपूर वचपा काढण्याची संधी आली होती.

"ए, गीता पाठ आहे तुझी?"

"हंऽ कोणत्या पानावर कोणता श्लोक आहे तेही मी सांगू शकतो!"

नाहीतरी तिच्या कौतुकाचा हँगओव्हर चांगलाच बसला होता मनावर. ती गीतेमध्ये एवढा इंटरेस्ट घेतीय् म्हटल्यावर तरी मी जपून बोलायला हवं होतं. सावध व्हायला हवं होतं.

"थँक गॉड!" तटकन् उभी राहत ती ओरडली.

"काय झालं?"

"अकराव्या अध्यायातल्या एका श्लोकाचा अर्थच मला लागत नव्हता. गीतारहस्यसुद्धा चाळलं मी. बरं झालं, तू आता नीट सांगू शकशील!"

मी भाककन् टेबलाकडे पाहिलं. टेबलावरच्या तीन गोळ्या मणामणाच्या होऊन माझ्या थोबाडावर आपटत होत्या!

"तू....तुला गीता वाचता येते?"

"म्हणजे? मी भारतात तीन वर्षे राहिलेलीय्!"

"कशाला?"

"वे.शा.सं. नानासाहेब पराडकरांकडे तीन वर्षे संस्कृतचा अभ्यास केलाय् मी. मला फार आवडली ती भाषा."

माझ्या मनात एक पोकळी!

मॉन्टेसरीपासून इंग्लिश मिडियमला होतो. संस्कृतचा कधीही संबंध आला नव्हता. 'यदा यदा हि धर्मस्य!' पुरतंच संस्कृत मर्यादित होतं माझं! आणि तेसुद्धा गोपाळ ठाकूरच्या तोंडी हा श्लोक सतत असायचा म्हणून!

"गीता आणू?"

"नको!"- माझी सपशेल माघार.

"का?....दोन मिनिटांत येते."

"दोन मिनिटांतही येऊ नकोस, मिनिटातही येऊ नकोस, आणि कधीच येऊ नकोस!"

"का रे? तू सांग. समजेल मला."

"नको म्हटलं ना?"

तिनं रडवेल्या चेहऱ्यानं माझ्याकडे पाहिलं. तिला माझं हिडीसफिडीस करणं चांगलंच जिव्हारी लागलं असावं.

लागू देत. आगाऊ साली!

"अमोल, माझं काही चुकलं का?"

अगं आई ऽ गं! डोळ्यांत पाणी! मेलो! स्त्रियांच्या रडण्याची मला ॲलर्जी आहे! कुठल्याही भंगार स्त्रीला रडताना पाहिलं, तरी माझे डोळे

डबडबून येतात. मग हॅर्टा तर चांगलीच सौंदर्यवान होती.

"हॅर्टा, प्लीज, हॅर्टा," मी अगदी निग्रहानं डोळ्यांतलं पाणी परतवत काकुळतीला येऊन म्हणालो, 'प्लीऽज, नको गं असं करूस!"

"मग तू मला श्लोक का नाही समजावून देत?" दोन्ही हातांच्या मनगटांनी डोळे पुसत तिनं विचारलं.

एक तोंडात मारून घ्यावीशी वाटली मला. अमोल चैनानी हे कार्टं कर्मदरिद्रीच! आलेल्या संधीचाही फायदा घेता येत नाही!

आता तिचे डोळे पुसले असते अन् तिला जवळ घेऊन थोपटलं असतं तर?

मर कार्ट्या, मर! जन्मभर 'हातांची घडी'च घालत बैस! 'हातघडी'चा कोणीकडचा!

"उद्या देशील?" सुवर्णमध्य काढत तिनं विचारलं आणि मी चांगलाच हबकलो.

एकतर मी गोळ्या घेणार नव्हतो म्हणजे बोट लागणार! आणि त्यात हॅर्टानं गीतेच्या अर्थाची भुणभुण मागे लावली तर....

"ठीक आहे!" तटकन उठत हॅर्टा म्हणाली,"मी अशीच्या अशी जाऊन शॉवरखाली उभी राहते!"

अं?....काय म्हणाली ही? च्यायला! कोणत्याही देशात या स्त्रिया असंबद्धच बोलतात! गीतेच्या श्लोकांचा मी अर्थ न सांगण्याचा आणि तिनं शॉवरखाली जाऊन उभं राहण्याचा काय मेळ असावा?

"शॉवर? कसला शॉवर?" मी चिरकत विचारलं.

"बाथरूममधला गार पाण्याचा."

"म्हणजे काय होईल?"

"सकाळपर्यंत उभी राहीन मी!"

"पण....पण त्यानं काय होईऽल?" मी बुचकळ्यात पडून विचारलं.

"मला ताप येईल!"

"हं. आणि....?"

"आणि उद्या गाइड म्हणून तुमच्याबरोबर माझ्याऐवजी त्या खाष्ट

एलीला पाठवतील!''

"एली....?'' मी हादरून किंचाळलो. एली म्हणजे चाळीस वर्षं फोफावलेला कोबीचा गड्डा होता. तिच्या जवळून जातानादेखील घामाचा एक उग्र दर्प जाणवायचा. आणि...ते येडं माझ्यावर फार खूष होतं!

"होय, एली! ती सोडून बाकीचे सगळे गुंतलेले आहेत. उद्या मी नाही म्हटल्यावर ते एलीलाच पाठवणार!''

"नको....प्लीज!'' मी झटकन हॅर्टाच्या दिशेनं धावलो. खुसखुसत ती दरवाजाच्या दिशेनं पळाली.

तिनं दरवाजा गाठला आणि चपळाई करून मी तिला गाठली.

देवाब्राह्मणाशपथ....हिंदू, मुसलमान, शीख, ईसाई, मारवाडी, गुजराथी, ख्रिश्चन, आफ्रिकन, अमेरिकन, ब्रिटिश....सर्व जाती-जमातींशपथ....पेन, घड्याळ, पॅन्ट, कोट, बूटमोजे, अन्डर पॅन्ट शपथ, तुमच्या माझ्या गळ्याशपथ....हॅर्टाला मिठी मारण्यात माझा कोणताही पापी हेतू नव्हता!

पण....

दारात उभं राहून, भुवया वर चढवून आमच्याकडे, विशेषत: माझ्याकडे जळजळीत नजरेनं पाहणाऱ्या प्रेसिडेन्टना मी काय सांगू?

"हॅर्टा, गो टु युअर बेड!''

हॅर्टा खाली मान घालून निघून गेली. शांतपणे प्रेसिडेन्ट आत शिरले. ते दोन तासांनी बाहेर पडले तेव्हा बेडवर मी नाही, माझा लिबलिबीत फालुदा झोपी गेला!

सकाळी उठल्यावरदेखील, प्रेसिडेंटचा निरोप घेताना मला....काय वाटत होतं, असं नाही सांगता येणार. त्या भावना व्यक्त करायला एकच शब्द योग्य आहे.

फदफदं!

यातच सर्व काय ते आहे! तुम्हाला समजलं नाही तर मी याहून अधिक काही सांगू शकणार नाही!

◆◆◆

२

मी म्हणूनच जरा साशंक होतो. जर गोळ्या घेतल्या असत्या तर प्रश्न नव्हता; पण डॉ. वेलस्लीनं आवर्जून दिलेल्या चोवीस गोळ्यांपैकी नऊ गोळ्या मी फेकून दिल्या होत्या आणि हॅर्टाच्या नकळत ब्रेक फास्टवरही ताव मारला होता. मला उपाशीपोटी प्रवास करायला लावायचाय हे तिच्याशिवाय कोणालाही माहीत नसल्यामुळे, ती डायनिंग हॉलमध्ये येण्यापूर्वीच मी गपागपा खाऊन घेतलं होतं. तिच्यासमोर मात्र भुकेल्या चेहऱ्यानं वावरून तिला कळवळायला लावायला विसरलो नव्हतो मी.

पहिला तास मी मला देण्यात आलेल्या केबिनमध्येच काढला होता; पण पोटातलं पाणीसुद्धा हललं नव्हतं. आणि नंतर मात्र माझी भीड चेपली. असं वाटायला लागलं, उगाच एक तास वाया घालवला. हॅर्टाच्या सहवासातला एक दुर्मीळ तास हातचा गमावला होता मी.

हॅर्टाचा विचार मनात येताच मी केबिनमधून बाहेर पडलो. सरळ डेकवर आलो.

माझ्या ग्रुपची पोरं रेलिंग्जना टेकून फेसाळणाऱ्या समुद्राची गंमत बघत होती. त्यांच्यातच हॅर्टा होती.

मी ग्रुपमध्ये जाऊन मिसळलो असतो, तरी चालण्यासारखं होतं; पण हॅर्टाच्या मनावर आपल्या देखण्या व्यक्तिमत्त्वाचा

किती पगडा बसलाय, हे पाहण्याची एक अनावर इच्छा माझ्या मनात निर्माण झाली होती.

तिला बोलायचं असेल तर ती येईल!

मी डेकचा थेट दुसरा कॉर्नर गाठला. रेलिंगला टेकून एकटक समुद्राकडे पाहत राहिलो. समुद्राच्या उसळणाऱ्या लाटा त्या बोटीवर आपटताना होणारा सपक्-सपक आवाज,लाटांचा गडगडाट...स्वच्छ निरभ्र आकाश....सगळीकडे लक्ष होतं माझं. आणि तरीही मी या सर्वांपासून अलिप्त होतो. अंतर्मन हॅर्टाच्या हालचालींवर केंद्रित झालं होतं.

पाच मिनिटांनी.....दहा मिनिटांनी...केव्हातरी माझं अस्तित्व तिला जाणवणार होतं आणि नंतर ती काय करते, ते मला पाह्यचं होतं.

टॉक्....टॉक्!

टॉक्....टॉक्!

माझ्या कानांनी लाटांच्या आवाजातही हाय-हील्सचा तो आवाज टिपला होता. त्या आवाजाकडेच माझं लक्ष होतं खरं म्हणजे.

आवाज माझ्या मागे येऊन थांबला.

माझं जणू लक्ष नव्हतं. मी लाटांच्या विविध रूपांशी एकरूप झालो होतो.

"अमोल...."

दचकल्याचा अभिनय करण्याची आवश्यकता नव्हती. मी खरंच दचकलो होतो. हॅर्टाचा आवाज नव्हता तो.

एली!

"हॅलो!" वडिलांची शाबासकी मिळवण्याकरता जिद्दीनं हसत कडू औषध घेणाऱ्या मुलासारखा हसत मी म्हणालो.

"दचकलास?"

(दचकेन नाहीतर काय?...टांग तुझी!)

"नाही. दचकलो नाही. लक्ष नव्हतं ना, म्हणून...."

"हॅर्टाची वाट पाहत होतास?"

(मग काय, तुझी पाहू होय गं भोपळ्या? च्यायची कटकट!)

"हं....हॅर्टाची वाट कशाला पाहू?"

"मी पाहिलं सगळं!"

"काय....काय पाहिलं?"

"काल रात्रीचं!"

मी अवाक्! नको त्या वेळी, नको ती माणसं कुठून उपटतात कोण जाणे!

"तसं काही नव्हतं."

"नसेल!" एलीच्या बोलण्याला कुजकट वास येत होता.

"तू कशी काय आलीस?"

"प्रेसिडेन्ट म्हणाले, अमोलला प्रवासात काही झालं तर...."

"हॅं! मला काही होत नाही! मला कोणाच्या सेवेची गरज नाही. यू माइन्ड युवर ओन बिझनेस, आय विल माइन्ड माइन!"

"येस....ऑफकोर्स..." कसनुसं हसत ती म्हणाली आणि माझा गप्पा मारण्याचा मूड नाही, हे लक्षात घेऊन निघून गेली.

वास्तविक हॅर्टाच्या येण्याची अपेक्षा असताना एली आली म्हणून राग होता हा. तो व्यक्त करून एलीला दुखावण्याचं काहीच कारण नव्हतं मला; पण मी फारच सेन्सेटिव्ह आहे.

चिडून मी एकदा ग्रुपच्या दिशेनं नजर टाकली.

हॅर्टा गालातल्या गालात हसल्यासारखी वाटली मला. माझ्याकडे लक्ष नाही असं ती दाखवत होती; पण मी असलेल्या कोपऱ्याकडे 'सहज' तिचं लक्ष जात होतं.

हॅर्टा,या अमोल चैनानीनं आजवर अनेक तरुणी हाताळल्यायत! नाठाळ पोरगीसुद्धा त्याच्या पायावर सर्वस्व वाहण्याकरता स्वत:हून आलीय!

तू किस झाड की पत्ती!

मी रेलिंगपासून दूर झालो. माझी पावलं बारकडे वळली.

बारमध्ये आता कोणीच नव्हतं. पिण्याची वेळच नव्हती ही. अॅटेंडंट आरामात पाय पसरून पेपर वाचत पडला होता. मला पाहताच खडबडून उठला बिचारा.

"येस, सर?"

"डबल नॉक, लार्ज." काउंटरसमोरच्या गोल खुर्चीवर बसत मी म्हणालो. त्यानं एकदा माझ्याकडे पाहिलं. आश्चर्यानं खांदे उडवले.

"सोडा?"

"ऑन द रॉकस्!"

उत्तर मागच्या बाजूनं आलं होतं. मी मान वळवून पाहिलं. हॅर्टा माझ्याकडे तीव्र नजरेनं बघत होती.

हृदयात एक गुदगुली.

"ऑन द रॉकस्, येस!" तिच्याकडे दुर्लक्ष करून मी ॲटेन्डन्टला सांगितलं. त्यानं ग्लास तयार करून पुढ्यात ठेवला.

मी ग्लास हातात घेतला आणि माझ्या मनगटावर हॅर्टाच्या नाजूक हाताची पकड बसली.

"मी तुला हे करू देणार नाही!"

"का?"

"तुला प्रवासात त्रास होईल."

"झाला तरी मी तुला सांगणार नाही."

"पण...."

मी तिच्याकडे पाहिलं. तिचे ओठ विलग झाले. नाकपुड्या थरथरल्या. डोळे पाणावले.

आइग्ग ऽ....मेलो!....रडू नकोस!

तिनं अचानक माझा हात सोडला.

"पी!...हवी तेवढी पी! प्रत्येक पेग हॅर्टाच्या नावानं पी!" ती म्हणाली आणि ताडताड पावलं टाकत निघून गेली.

बार ॲटेन्डट एकदा माझ्याकडे पाहत होता, एकदा दरवाजाकडे. त्याच्या डोळ्यात एक मिस्कील झाक होती.

मी त्याच्यासमोर कॉइन्स फेकली. ग्लास तसाच ठेवून उठलो.

मी तसं का केलं याला कारण नसतं सांगता आलं; पण माझी पिण्याची इच्छा नष्ट झाली होती नक्की. मन एका विचित्र उत्साहानं भरून गेलं होतं.

आपण एखादी गोष्ट करावी किंवा करू नये म्हणून एका पोरीनं जीव पाखडण्यात काय मजा असते, याचा अनुभव पहिल्यांदा घेत होतो मी.

त्याच उत्साहात मी डेकवर आलो.

हॅर्टा कुठाय?

ती कोणत्याच ग्रुपमध्ये नव्हती.

डेकवर नाही, टेनिस हॉलला नाही, टँकवर नाही, टी.व्ही. रूमला नाही!

मी तसाच तिच्या केबिनकडे वळलो.

केबिनच्या दरवाजा उघडाच होता. दरवाजाच्या फटीत हात सारून मी दरवाजा आणखीन उघडला.

हॅर्टा पलंगावर पालथी पडून राहिली होती. लांब केलेल्या हातांमधे डोकं खुपसलेलं. गोऱ्यापान पोटरीवर पोटरी टाकून पायांची अढी घातलेली.

"हॅर्टा!"

एक नाही....दोन नाही.

"हॅर्टा...."

हालचालसुद्धा नाही.

मुद्दाम करतीय हे तर उघडच होतं. दोन मिनिटांत इतकी गाढ झोप लागते काय? मग....रडतीय की काय?

नको....! रडू नको! नुसत्या कल्पनेनं माझ्या नाकात वळवळायला लागलं होतं. डोळे भरून यायला लागले होते.

मी चटकन आत गेलो. तिच्याजवळ जाऊन उभा राहिलो.

"हॅर्टा....मी प्यायलो नाही. तुझी शप्पथ हॅर्टा!"

धीर करून मी तिच्याजवळ बसलो. तिचं डोकं धरून वर उचललं. तिनं हाताला हिसडा मारून पुन्हा हातात डोकं खुपसलं.

"हॅर्टा, आता मात्र उचलून डेकवर नेईन हं!" मी वैतागून म्हणालो आणि...

"मला उचलशील का रे?"

मी फ्लॅट! एली कशाला कडमडली ऐनवेळी!

एलीचा आवाज ऐकताच हॅर्टाही पटकन् उठूत बसली. तिनं एकदा डोळे वटारून माझ्याकडे पाहिलं.

ढोंगी साली! अजिबात रडत नव्हती!

“ये गं एली, ये.” मुद्दाम माझ्याकडे पाहून नाक उडवत हॅर्टा म्हणाली आणि मनातल्या मनात मी एलीला आठवतील तेवढ्या शिव्या अगदी बुलेटस्पीडनं दिल्या.

त्याचा परिणाम म्हणून की काय ते, धूड दारात पाय अडखळून धप्पदिशी पडलं आणि तिला उठवायचं सोडून मी खदाखदा हसत सुटलो.

“अमोल, तुला मॅनर्स नाहीत!” हॅर्टा तोंडातल्या तोंडात पुटपुटली आणि तिनं एलीला उठायला मदत केली.

फोपशीला चांगलंच लागलं असावं. एक पाऊल धड टाकता येत नव्हतं तिला.

“अमोल, तू जरा एलीकडे बघ. मी माझ्याजवळची ॲस्प्रो देते तिला. म्हणजे वेदना जाणवणार नाहीत.”

“ॲस्प्रो?”

एक कल्पना चटकन् माझ्या डोक्यात फ्लॅश झाली.

“थांब हॅर्टा, माझी काल दाढ दुखत होती म्हणून डॉ.वेलस्लीनं मला ज्या पेनकिलर टॅब्लेट्स दिल्या आहेत, त्या देतो तिला!” मी हसू दाबत म्हणालो आणि हॅर्टा थबकली.

“अमोल....”

“कॉमेन्ट्स नंतर. आधी त्या गोळ्या आण!”

भांबावून तिनं डॉ. वेलस्लीनं दिलेल्या झोपेच्या गोळ्या माझ्या हातात दिल्या.

“पाणी आण.” ऑपरेशन थिएटरमध्ये कुशल सर्जननं हाताखालच्या डॉक्टरांना आज्ञा करावी, तसा मी म्हणालो.

हॅर्टानं पाण्याचा ग्लास भरून आणला.

“एली, सहा गोळ्या आता खा. नंतर गरज पडली तर सात-आठ आहेत आपल्याकडे.”

एलीनं निमूटपणे गोळ्या गिळल्या. ती हॅर्टाच्या पलंगावरच आडवी झाली.

"झोप आता!" हॅर्टाला बाहेर पडण्याची खूण करत मी म्हणालो.

आम्ही डेकवर आलो, तेव्हा हॅर्टा मनापासून खुसखुसत होती. मीही जोरजोरात हसत होतो.

"अमोल, ती आता थेट बार्बाराला उठेल!"

"बरं झालं! सारखी वॉच ठेवत होती!...झोप म्हणावं आता!" निर्मनुष्य कॉर्नर पकडत मी पुटपुटलो.

"अमोल, तू एकही गोळी घेतली नाहीस ना?" तिनं कौतुकानं माझ्याकडे पाहत विचारलं.

"हं! वेडाय् का मी?"

"का नाही घेतलीस?"

"हॅर्टा, तुझ्यासारखं जिवंत सौंदर्य बोटीवर असताना मी चौदा तासांचा प्रवास झोपून करू आणि बार्बाराच्या केव्ह्जचं ॲप्रिसिएशन करू?" एका आवेशात मी विचारून बसलो. पण...

खरंच, इतर वेळी इतक्या डायरेक्ट मेथड्स फॉलो करू शकलो नसतो मी. नंतर मलाही जरा विचित्र झालं. तीही खाली मान घालून उभी होती.

च्यायला! विचित्रच झालं सगळं. चांगला खेळकर मूड होता इतका वेळ; तर काहीतरी बोलून तिला नाराज केली!

"हॅर्टा...काही चुकलं का माझं? पुन्हा नाही असलं काही बोलणार!" मी काकुळतीला नजरेने तिच्याकडे पाहत म्हणालो.

हॅर्टाला हातची घालवण्याची तयारी नव्हती माझी. मी यंव केलंय् अन् त्वंव केलंय् म्हटलं, तरी आजपर्यंत प्रत्येक पोरगी माझ्या उतावळेपणामुळे हातची घालवली होती मी.

कसल्या खूप पोरी पाहिल्यात अन् कसलं काय? प्रामाणिकपणे विचार केला तर त्यांनीच माझा बकरा केलाय!

अमोल, सिनेमाला नेतोस?....अमोल, ही साडी घे ना!...अमोल,

आज माझा बर्थडे आहे. काय देणार?

याला पोरी गटवणं म्हणतात का बकरा? आणि बकरा यालाच पोरी गटवणं असं म्हणून समाधान मानतो!

"अमोल, एका अटीवर बोलेन मी तुझ्याशी."

"कोणती, कोणती?"

"मला गीतेतल्या...."

समुद्र गरकन् पोटाला ढवळून गेला माझ्या! महाभारतकालीन द्वापार का कुठल्याशा युगात होऊन गेलेल्या श्रीकृष्णाला नव्हता उद्योग! त्यानं त्या रड्या अर्जुनाला डोस पाजले! आज कलियुगात ती गीता मला इतकी भोवेलसं वाटलं नव्हतं!

बहुतेक त्या वेळी मी श्रीकृष्णाचा घोडा होतो. तो गीता सांगत असताना मी उभ्या उभ्या झोप काढली होती. त्याचा सूड होता हा!

"काय रे, असा काय चेहरा केलास?"

"हॅर्टा, तुला खरं सांगू?...."

"हं."

"मला गीता येत नाही!"

"नाही?"

"खरंच नाही!"

"चल! टाळाटाळ करतो तू."

"गीतेशपथ...."

तिनं एकदा माझ्याकडे पाहिलं आणि ती खळखळून हसली. तिची ती लकब फार आवडली मला–मान वर करून थेट आभाळाकडे पाहून हसण्याची. असं वाटलं, तिच्या गोऱ्यापान, नाजूक गळ्यावर ओठ टेकवावेत.

"लबाड! म्हणे मला गीता येते! मी असं वाचलंय् न् तसं लिहिलंय्!....थापा ना सगळ्या?"

"हो."

"वाटलंच होतं मला."

"उगाच कशाला! गीतेतला म्हणून तू मला वेदामधला एखादा...."

"वेद....? इथे गीता तरी कोणाला वाचता येतीय्!"

"म्हणजे?"

"तुझी गीता तसं माझं संस्कृत! आमच्या शेजारी एक हिंदुस्थानी कुटुंब राहतं. त्यांच्या बोलण्यात वे.शा.सं. नाना पराडकर नाव येतं, म्हणून मीही ते नाव ठोकून दिलं,इतकंच!"

आता आश्चर्य करण्याची पाळी माझी होती!

आम्ही दोघांनी एकमेकांकडे पाहिलं. दोघंही जोरजोरात हसत सुटलो. नंतर आम्ही कितीतरी वेळ कमी बोलत होतो, आणि जास्त हसत होतो.

"अमोल," अचानक गंभीर होत हॅर्टा म्हणाली,"जाते मी."

"का गं?" मी कळवळून विचारलं. हॅर्टा गाइड म्हणून आमच्या ग्रुपबरोबर आलीय, हे जणू माझ्या मनाला मान्यच नव्हतं. ती केवळ माझ्याकरिता आली होती!

"तुझ्याबरोबरच्या इतर मुलांना काय वाटेल? आपण आपले एका बाजूला नुसते हसत बसलोत!"

"त्यांना काय वाटायचंय? तू त्यांच्यात गप्पा मारत होतीस,तेव्हा मला नसेल का काही वाटलं?"

"सामुदायिक वाटण्यात आणि एकाच्या वाटण्यात फरक असतो अमोल!" ती म्हणाली आणि जायला वळली.

"थांब!"

तिची पावलं गपकन् थबकली.

"हॅर्टा, तू माझ्या एकाच प्रश्नाचं उत्तर देऊन जा."

"काय रे?" विचारताना ती पुन्हा माझ्या शेजारी येऊन उभी राहिली आणि उगाचच मला हजारो मैल पळून आल्यासारखा दम लागला. हृदय धडधडायला लागलं. माझ्यातला बदल तिला जाणवला असावा. तिचाही चेहरा ओढल्यासारखा झाला.

"हॅर्टा, तू माझ्याशी लग्न करशील?"

हाच प्रश्न विचारण्याची माझी ही किमान पंधरा-सोळावी खेप होती;

पण इतका वेळ प्रश्न विचारूनही मी सीझन्ड झाल्यासारखा सहजतेनं तो विचारू शकलो नव्हतो. ऐन वेळी आवाजानं दगा दिला होता. घशाला कोरड पडली होती.

हॅर्टानं एकदा शांतपणे माझ्याकडे पाहिलं. तिच्या त्या पाहण्यात क्षणभर हजारो वादळं डोकावून गेली.

"अमोल-"

मी जिवाचं रान केलं. डोळ्यांत प्राण आणले.

"या प्रश्नाचं उत्तर जर मी होकारार्थी देऊ शकले असते, तर मला धन्य मानलं असतं मी!"

क्षणभर ती खूप लांबून बोलतीयसं वाटलं मला. गरम झालेल्या कानांमधून तिचं वाक्य कसंबसं मेंदूपर्यंत पोचलं आणि तिच्या स्वरातली दुर्दम्य निराशा माझ्या अंत:करणाला भिडली!

मी काही विचारण्यापूर्वीच ती निघून गेली होती!

बस्स! चौदा तासांपैकी हा चार तासांचाच प्रवास फार आनंदाचा गेला होता माझा! नंतर हॅर्टा मला चार-चौघांत गप्पा मारताना दिसत होती. इतरांप्रमाणे माझ्याशीही बोलत होती ती; पण तिच्या हालचालींमधला सगळा उत्साहच संपला होता. तिचं वागणं एखाद्या निर्जीव, कळसूत्री बाहुलीसारखं वाटलं मला.

फार फॅन्टास्टिक बदलली होती ती. तिच्या नकारामागचं कारण समजेपर्यंत मला करमणार नव्हतं आणि ती मला एकान्तात गाठू देत नव्हती.

एका बैचेन, विषण्ण अवस्थेतच मी जेवण उरकलं आणि पहिल्यांदाच मला मळमळण्याची जाणीव झाली.

आता गोळी घ्यायला हरकत नव्हती. झोप तरी लागेल!

मी हॅर्टाजवळ तीन गोळ्या मागितल्या. तिनं काही न बोलता स्वत:च्या केबिनमधून त्या आणून दिल्या.

तीन गोळ्या घेऊन मी स्वत:च्या केबिनमध्ये शिरलो. उदास मनानं बर्थवर पडून राहिलो.

तिनं नकार का द्यावा? अशा पद्धतीनं का द्यावा?

जागा झालो तेव्हा काहीतरी जाणवलं मला. डोळ्यांवर अजून झापड होती. हालचालींमध्ये जडपणा होता.

हॅर्टा मला हलवून-हलवून उठवत होती.

"अमोल....ए अमोल, डेकवर चल." तिच्या स्वरात धीर सुटल्याची चिन्हं दिसत होती.

तिच्या स्वरातला भीतीचा धागा माझ्या मेंदूनं पकडला आणि मी खाडकन् उठून बसलो.

"काय झालं गं हॅर्टा?" आजूबाजूला पाहत मी विचारलं. आपण बोटीवर आहोत, हेच क्षणभर विसरलो होती मी.

केबिनमध्ये दिवा लागला होता, त्या अर्थी नक्कीच सूर्य मावळला होता.

किती वेळ झोपलो होतो मी?

"तू आधी डेकवर चल!"

मी झटकन उठलो. पायात स्लीपर्स अडकवल्या. ती जवळजवळ ओढतच नेत होती मला आणि काय घडलंय ते नेमकं माहीत नसल्यामुळे तर्क-कुतर्क लढवत मी तिच्यामागे ओढला जात होतो.

डेकवर येताच मला वातावरणातल्या गंभीर तणावाची कल्पना आली. फार फरक होता. जणू झोपताना मी पृथ्वीच्या पाठीवर, शुद्ध हवेत होतो, आणि जागा झालो तेव्हा गढुळलेल्या समुद्राच्या तळाशी होतो.

अष्टदिशा अंधारल्या होत्या. अंधाराची जाणीव करून देण्याकरिता मधूनच ढगांमध्ये लक्कन् विजा चमकत होत्या. सहस्त्रांगांनी पाऊस बोटीवर धो-धो कोसळत होता. चारी बाजूंनी समुद्राच्या लाटा खवळून बोटीवर धडाधड आपटत होत्या.

कावऱ्याबावऱ्या नजरेनं लोकांच्या तोंडाकडे पाहत मी पावसात आलो. हॅर्टा माझ्या शेजारीच उभी होती.

"हॅर्टा, काय भानगड आहे सगळी?"

"आपण रस्ता चुकलो आहोत!" ती म्हणाली आणि मी तिच्याकडे आ वासून पाहत राहिलो.

“रस्ता चुकलो आहोत?”

“हो. आखलेल्या मार्गापासून आपण ऐंशी मैल दूर आहोत.”

“ऐंशी? किती वाजलेत आत्ता?”

“रात्रीचे दहा!”

“व्हॉट?...आणि इतका वेळ प्रवास केलाच कसा बोटीनं?”

“तुला काहीच कल्पना नाही अमोल! झोपला होतास तू. संध्याकाळी पाच वाजल्यापासूनच वादळाला सुरुवात झालीय्. धुकं इतकं भयानक होतं की, माणसाला माणूस दिसत नव्हतं. तासापूर्वी पाऊस पडायला लागल्यावर धुकं विरळ झालं आहे.”

“तासांपूर्वी? कॅप्टनच्या लक्षात आलं हे?”

“होय. त्यानं बेसशी संपर्क साधायचा खूप प्रयत्न केला; पण सगळी कॉन्टॅक्ट्स तुटलीयूत वादळामुळे!”

“ओह गॉड! म्हणजे आता उजाडेपर्यंत.....”

“नो चान्स!”

“म्हणजे?”

“निम्मी बोट पाण्यात आहे आपली!”

ते ऐकून काय वाटलं, खरंच सांगता येणार नाही. विष खाऊन मेलेलं परवडलं. बंदुकीच्या गोळीनं प्राण गेलेला परवडला....हे मरण! अंधारा समुद्र. त्यात इवलासा मानव पोहून-पोहून थकलेला आणि एखादी काळ-लाट क्षणात सामावून घेणार त्याला!

नाका-तोंडात पाणी जाऊन जीव गुदमरताना काय वाटेल?

“हे....हे कसं झालं?”

“खडकावर बोटीचा तळ आपटला.”

“मग...”

“नसत्या शंका विचारत बसू नकोस. तळाला आठ फुटांचा तडा गेलाय्! किती पाणी उपसणार?”

बस्! जीविताची आशा संपली होती. इतरांच्या मानसिक अवस्थेपर्यंत पोचलो होतो मी.

"अमोल, तुला जगायचंय्?"

"हो." तिच्या स्वरातला उपहास जाणण्यापूर्वीच मी झटकन् हो म्हणून गेलो होतो.

कोणाला जगायचं नव्हतं? बोट बुडत असताना कोण बोटीच्या डेकवर ठेका देऊन गुणगुणत मृत्यू स्वीकारणार होतं?

"जन्टलमेन," स्पीकरवरून कप्तानाचा शब्द सर्वांपर्यंत पोचला; पण तो काय बोलतो ते ऐकण्याची गरजच नव्हती. मृत्यूचा कॅन्सर समोर दिसत असताना डॉक्टर आणखी काय निराळं निदान करणार?

"आपण कुठे आहोत, कोणत्या राष्ट्राच्या हद्दीत आहोत, कोणतं बंदर आपल्याला जवळ आहे....मीच काय, कोणीही सांगू शकणार नाही! तुमचं मनोधैर्य टिकविण्याकरिता मी आतापर्यंत तुम्हाला सत्य परिस्थितीची कल्पना येऊ दिली नव्हती; पण....आता तुमचं रक्षण करायला मी असमर्थ आहे! मला करता येण्यासारखी एकच गोष्ट आहे; ती मी करेन. जमलंच तर....बोटीतून बाहेर पडणारा मी शेवटचा मनुष्य असेन!"

त्याही परिस्थितीत माझ्या मनानं कप्तानाच्या मानसिक धैर्याची स्वत:शी तुलना केली आणि मला लाजल्यासारखं झालं. जे इतरांचं होणार होतं, तेच माझं होणार होतं. पण हॅर्टानं 'तुला जगायचंय्?' असं विचारताच मी कसलाही विचार न करता झटकन् एखाद्या भेदरटासारखा हो म्हणून गेलो होतो आणि हॅर्टा तरुणी असून शांत होती!

शी:! काय तिच्या मनात चित्र कोरलं गेलं असेल आपलं? मृत्यूच्या सीमारेषेवरदेखील मला ती बोच लागून गेली. मी चोरट्या नजरेनं हॅर्टाकडे पाहिलं. अंधारातही तिच्या चेहऱ्यावरचं तिरस्कारयुक्त हास्य जाणवलं मला.

समजते काय हॅर्टा मला?....भेकड?....?स्वार्थी....?

खरंतर मागच्या एका 'हो' मध्येच सगळ्या प्रश्नांची उत्तरं सामावलेली होती. आता मनात चाललेली होती ती सारवासारव होती.

"आपल्या जवळ लाइफ-बोटी आहेत बारा, आपण माणसं आहोत एकशे चाळीस! एक लाइफ-बोट केवळ तीनजण तारू शकेल. आता ते छत्तीस भाग्यवान कोण, ते तुम्हीच ठरवा!"

"उरलेले एकशे चार....गॉड मे ब्लेस देम!....आमेन!"

उरलेले एकशे चार!...त्यांत मी!....छत्तीसांत!

कुत्र्याचं शेपूट कितीही सरळ केलं, तरी ते वाकडं ते वाकडंच! इतका वेळ स्वत:च्या भित्रेपणाबद्दल स्वत:ची निर्भर्त्सना करत होतो मी. आणि कप्तानानं लाइफ-बोटीचं नाव काढताच इतर लोकांप्रमाणे मीही दोन पावलं त्या दिशेनं धावलो होतो!

"हॅर्टा?"

शेजारी नव्हती!

मी चमकून मागे वळून पाहिलं. एखाद्या दगडी पुतळ्यासारखे निश्चल, फक्त दोनजण.

कप्तान आणि हॅर्टा!

पुन्हा एकदा स्वत:वर चिडलो मी. निदान इलेवन्थ अवरला हॅर्टाचा हात धरण्याची तरी इच्छा व्हायला हवी होती मला.

खरंच, काय वाटलं असेल तिला?

माझं पाऊल निर्धारानं मागं पडलं. मी शांतपणे तिच्याजवळ आलो.

"हॅर्टा-!"

"योग्यच केलंस तू अमोल! लाइफ-बोटीत जागा मिळाली तर खरंच जा निघून. वाईट नाही वाटणार मला. पण....पण हॅर्टाला कधी विसरू नकोस हं! निदान, सतत नाहीतरी एखाद्या उदास संध्याकाळी हॅर्टा आठवू देत तुला!"डोळ्यांच्या पापण्यासुद्धा लवू न देता भकास नजरेनं दूर क्षितिजाकडे पाहत ती म्हणाली. तिच्या दृष्टीनं मी जणू कोणीच नव्हतो.

"हॅर्टा, समजतेस काय मला तू?" शेवटी तडकून मी ओरडलो आणि माझा हात फाडकन् तिच्या गालावर बसला.

ती मंदपणे हसली. माझ्या अंगाचा आणखीच तिळपापड झाला. मी तिचे दोन्ही दंड धरले. दातओठ खाऊन तिला गदगदा हलवले.

"हॅर्टा, बोल. काहीतरी बोल! जीवनाचे अखेरचे क्षण आहेत हे!"

"अखेरचे क्षण? हं." तिनं अचानक माझ्याकडे पाहिलं. ती झटकन् माझ्या मिठीत आली.

पावसात ओलीचिंब झालेली दोन शरीरं एकमेकांना चिपकली होती. मनात पापाचा किंचितसा डागदेखील नव्हता.

अमोल चैनानीला हे जमावं म्हणजे खरंच आश्चर्य होतं!

"अमोल, आय लव्ह यू अमोल!"

वीज कडाडली. विजेच्या एका प्रकाशरेषेत मला तिचा उजळलेला चेहरा दिसला. मधुराभक्तीचे सात्त्विक भाव होते तिच्या चेहऱ्यावर.

"हॅर्टा, बस्. हेच ऐकायचं होतं मला!" मी आवेगाने म्हणालो. तिचा श्वास गुदमरेपर्यंत ती करकचून आवळली गेली.

"बघ अमोल. जीव वाचविण्याकरिता प्रयत्न करताना स्वत:च्या पायाखाली स्वत:चं पिल्लू ठेवणाऱ्या माकडिणीची गोष्ट सांगितली होतीस ना मला परवा तू? ही माणसं आणि त्या माकडिणीत काय फरक आहे? समाधान इतकंच आहे, तू त्यांत नाहीस! त्या गर्दीत तुला बघताना ऊर फाटला असता माझा, अमोल!"

"हॅर्टा," मी अगदी प्रामाणिकपणे म्हणालो,"तुझा अमोल कोणी मोठ्या मनाचा पुरुष नाही. मरणाला मीही भीत होतो, हॅर्टा! तू नसतीस तर त्या गर्दीत मीही असाच धक्काबुक्की करताना दिसलो असतो.

"पण....आज का कोणास ठाऊक, स्वत:च्या प्राणापेक्षा तुझ्या सहवासातले चार क्षण महत्त्वाचे वाटतायत मला! तुझी शप्पथ हॅर्टा, मृत्यू येऊ देत! तुझ्या मिठीत असताना....माझे ओठ तुझ्या ओठांत मिसळलेले असताना, मृत्यू येऊ देत! तुझा अमोल हूं का चूं करणार नाही!"

आमच्यापासून काही फुटांवरच्या डेकवर उभा राहून कप्तान अगदी त्रयस्थपणे दोन टोकं न्याहाळीत होता.

एकीकडे लाइफ-बोटीत शिरू पाहणाऱ्यांच्या जिवाची घालमेल, एकीकडे मृत्यूला हसत-हसत कवटाळायला निघालेले दोन प्रेमी जीव.

"हॅर्टा, शेवटच्या क्षणीतरी माझ्या प्रश्नाचं उत्तर देशील?"

"विचार."

"तू माझ्याशी लग्न करायला नकार का दिलास?"

"अमोल. चार वर्षांची मुलगी आहे मला!"

-अं? या वादळापेक्षा तो धक्का जबरदस्त होता मला.

"माझ्या पोरीसकट स्वीकार करू शकला असतास माझा?"

"असतो!"

कदाचित् ती वेळ येणार नव्हती म्हणूनही म्हणालो असेन असं मी. नाहीतर प्रेमाखातर सवत्स धेनू स्वीकारण्याइतका ब्रॉड माइन्डेड नाही मी! खरंच नाही. तिला समाधान वाटावं म्हणून बोललो होतो इतकंच.

खरं म्हणजे माझं मलाच कळत नव्हतं. एकदा वाटायचं, हॅर्टाकरता आपण वाटेल ते दिव्य करू शकलो असतो. आणि हे वाटत असतानाच, तिला मुलगी आहे हे समजल्यापासून किंचितसा दुरावल्यासारखा झालो होतो मी.

शाश्वत काय? अशाश्वत काय?

"खरंच?"

"खरंच!" मरणाच्या दारी मी खोटं बोलत होतो; पण त्या खोटं बोलण्यानं एक जीव तृप्त होत होता.

"अमोल, योगायोगांवर विश्वास आहे तुझा?"

"नाही!" मी चुकून, विचारांच्या नादात तिच्या मनाचा कल घ्यायचा विसरून, खरं बोलून गेलो होतो. माझ्या उत्तरानं तिच्या चेहऱ्यावर क्षणभर खिन्नतेच्या लाटा पसरल्या; पुन्हा तिचा चेहरा दुर्दम्य आशेनं उजळला.

"मग विश्वास बसेल तुझा!"

"कसा?"

"लक्षात ठेव, आपण पुन्हा एकत्र येऊ!"

किती निरर्थक होता तिचा आशावाद! क्षणातच निसर्गाच्या एका फटक्यानं तो मोडकळीला आणला होता.

एक गगनभेदी लाट. थेट जहाजाच्या डेकवरून!

कडाऽऽड्!

अक्षरशः 'ब्यूटी क्वीन' च्या ठिकऱ्या ठिकऱ्या उडाल्या होत्या. त्या फटक्यानं कोण कुठे उडालं होतं, तेही कळायला मार्ग नव्हता.

◆◆◆

३

बधिर झालेल्या जाणिवा परत येऊ लागल्या. सर्वांत पहिली जाणीव- आपण जिवंत आहोत! आणि त्यापाठोपाठ दुसरी जाणीव आपण उगाच जिवंत आहोत! डोक्याच्या केसांपासून पायांच्या नखांपर्यंत लागलेल्या जीवघेण्या कळांपेक्षा एक घाव-दोन तुकडे होऊन मेलो असतो, तर परवडलं असतं! निदान या मरणप्राय वेदनांतून सुटका झाली असती!

ओठांवर ओठ दाबून कळा सहन करत मी हळूहळू डोळे उघडले. चमकन् काहीतरी डोळ्यांसमोर चमकलं. अंधारी थेट मेंदूत शिंपडली गेली. पुन्हा डोळ्यांवर गपकन् आडवा हात धरून मी तसाच पडून राहिलो.

हळूहळू आठवणी परत यायला लागल्या. कालचं ते तुफानी वादळ,एखाद्या शिंपल्यासारखी समुद्राच्या तळाला गेलेली 'ब्यूटी क्वीन',त्यावर प्रवास करणारे ते दीनवाणे प्रवासी....

हॅर्टा!

सगळ्या वेदना पचवत मी डोळे उघडले. जणू हजारो वर्षांत पापण्या उघडल्या गेल्याच नव्हत्या!

सूर्यप्रकाशाला डोळे सरावले आणि मी थक्क होऊन पाहत राहिलो.

मला समुद्राच्या शास्त्राला काय म्हणतात तेही माहीत

नाही; पण मला एक कळतं–लाटांबरोबर मी वाहत आलो तर किनाऱ्याला तरी लागायला पाहिजे!

जिकडे पाहावं तिकडे उंचच्या उंच झाडी! समुद्राचा मागमूस नव्हता कुठे!

कोणी आणलं मला इथे? मला इथे आणणारा माणूस कुठाय्? आणि....

हॅर्टा?....तिचं काय झालं?

इतकं सगळं झक मारत गेलं. मला हॅर्टाच्या विचारांनी मात्र रडू कोसळलं. भारतातल्या माझ्या घरादाराची, आई-वडिलांची आठवण नव्हती झाली मला; पण चार दिवसांच्या सहवासात त्या पोरीनं मात्र वेड लावलं होतं मला.

"हॅर्टा....कुठाय् गं तुझा योगायोग?" मी अक्राळ-विक्राळ वाढलेल्या झाडांकडे पाहत ओरडलो. ढसाढसा रडायला लागलो.

पोटभर रडून झाल्यावर आपोआपच रडणं थांबलं माझं. परिस्थितीशी जमवून घेणारा माणूस आहे मी. मनाची खोटी समजूत घालण्यापेक्षा मी नेहमीच सत्याचा स्वीकार करतो.

हॅर्टाला निर्दयी काळानं ओढून नेलं होतं. ती पुन्हा मला दिसणार नव्हती!

जिवाला लागलेल्या कळा आयुष्याच्या अंतापर्यंत सोबत करणार होत्या. पण..तेच माझं जीवन होतं आता!

नाहीतरी जगण्यासारखं काही उरलंच नव्हतं! निदान तेव्हा तरी तसंच वाटत होतं मला. आयुष्यातून एक हॅर्टा गेली!....काय उरलं? पोकळी!

हातापायांची हालचाल करत मी उठून बसलो. सांगताना एका वाक्यात सांगतोय् मी; पण त्याकरता चार तास तरी ब्रह्मांडाचे हाल सहन करावे लागले होते मला. सहजासहजी काहीच करता येत नव्हतं.

शेवटी सहाव्या तासाला मी पहिलं पाऊल टाकण्याचा विक्रम केला आणि मला मंगळावर पोचल्याचा आनंद झाला.

शरीर शाबूत होतं सगळं. पण कपडे?

खरंच की! इतका वेळ लक्षातच आलं नव्हतं माझ्या. माझ्या अंगावर बोटभर चिंधीदेखील नव्हती!

हे असं कसं झालं?

सर्वांत पहिल्यांदा मी झाडाची पानं तोडून ती एका झाडाच्या चिकाने एकमेकांना चिकटवली. तात्पुरतं तयार झालेलं वस्त्र कमरेला गुंडाळलं. दोन्ही हातांनी वस्त्र सावरत मी चालायला लागलो.

बऱ्याच वेळानं केव्हातरी झाडी संपली. आता समोर काय दिसणार?

काहीच नाही!

लांबवर नुसती ओसाड जमीन.

या जमिनीपलीकडे काहीतरी असेल.

एक वेडी आशा मला पावलं उचलायला भाग पाडत होती. खूप चाललो....खूप चाललो....अजूनही ती ओसाड जमीन सरायला तयार नव्हती.

च्यायला! क्षितिज आहे काय? अं? नाहीतर कुठेतरी उत्तर का दक्षिण ध्रुवावर असायचो!

अचानक काहीतरी चमकलं आणि मी थबकलो.

समुद्र होता तो!

समुद्रापासून मी इतका आत?....काय, बेशुद्धावस्थेत चाललो काय?

पुढे जाण्यात अर्थच नव्हता. चक्क समुद्र, म्हणजे मनुष्यवस्ती असण्याचा प्रश्नच नव्हता.

पुन्हा आल्या पावली परत! थेट झाडी लागेपर्यंत.

आता? तहान-भुकेनं मरणंच अमोल चैनानीच्या नशिबी होतं काय?

नसावं. मरण नशिबी असतं,तर एवढ्या मोठ्या समुद्राच्या उदरातून बाहेर आलोच नसतो!

अर्थात ते एक कायम सतावणारं कोडंच होतं.

विरुद्ध दिशेनं चांगले चार-पाच मैल चाललो आणि....

समुद्र!

बस्! आशा संपली. पुन्हा माणूस म्हणून दृष्टीस पडणार नव्हता.

हे ओसाड, निर्जन बेटच माझी कबर बनणार होतं! जगाच्या नकाशात

हे बेट कुठं होतं का नाही, कोण जाणे!

असेल तर एव्हाना अपघात झालेल्या स्पॉटच्या आसपास हेलिकॉप्टर्स भिरभिरायला हवी होती.

का मी दिसलोच नसेन?

शक्यताय्. झाडीत होतो ना मी!

आशा-निराशेचा खेळ!

सूर्यास्त होऊन अंधार पडला तरी ठेचकाळत, भरकटत होतो मी. शेवटी पाय थकले, तसा झाडीपाशी आलो. दगड मारून चार-दोन फळे पाडली. तीच खाऊन भूक भागवली.

पाणी....?

फार भयानक तहान लागली होती. कुठे पाणी असले तरी रात्रीच्या अंधारात शोध घेता येणार नव्हता.

तहानेनं तळमळतच झोपी गेलो.

इतर वेळी किती नखरे केले असते? अशीच उशी हवी, तसंच पांघरूण हवं....

झोपण्याकरिता फक्त जमिनीच्या आधाराची गरज असते, हे आज पहिल्यांदा समजलं होतं मला!

आजचा तिसरा दिवस!

मरणार नक्की नाही. जोपर्यंत त्या विचित्र बैठ्या झाडावर फळं आहेत, जोपर्यंत तीन मैलांवरच्या खड्ड्यातलं पाणी आटत नाही, तोपर्यंत अमोल चैनानीच्या मागे 'कै.' लागणार नाही.

तरीही तो मेल्यात जमा आहे!

काय अर्थ आहे या जगण्यामध्ये? पूर्वीच्या काळी अशा बेटांवर रानटी लोक राह्यचे म्हणे! पण त्यांना कळप असायचा. कळप म्हणजे तरी काय? छोटासा समाजच की! कशीही असली तरी त्यांची घरं होती, वस्त्या होत्या. ज्यांना आपलं म्हणता येईल, अशी माणसं होती.

मी कोणाकरता जगतोय? असाच महिनाभर राहिलो तर मी हसणं विसरेन....रडणं विसरेन....भाषा विसरेन....काही उरणार नाही!

हॅर्टा....हॅर्टा....!

अशा वेळी मन आक्रंदून उठत असे. तिचा मंजुळ आवाज कानात रुंजी घालत असे. तिचा अवयव अन् अवयव कपड्यांबाहेर येऊन डोळ्यांसमोर तरळत असे.

अन् मी वेडापिसा होत असे!

आज एका जाणिवेनं मला सर्वांत जास्त अस्वस्थ केलं होतं.

झाडं आहेत,झाडांना फळं आहेत.

पक्षी का नाहीत?

याचा अर्थ हे बेट जगापासून फार फार अलिप्त होतं!

मरण येईपर्यंत जगणार होतो मी!

पण,

अमोल चैनानीचं अदभुत आयुष्य जगासमोर यायचं होतं ना!

तब्बल चाळीस दिवस!

खरंतर वेडाच झालो होतो मी. विमानांचे भास व्हायचे. समुद्रात बोटी दिसायच्या. नंतर लक्षात यायचं–भास आहेत सगळे! ओरडाआरडा करून घसा मात्र सुकलेला असायचा!

एक्केचाळीसाव्या दिवशीची सकाळ एक धाडसी विचार घेऊनच उगवली.

एवीतेवी हे आयुष्य मृतात जमा होतं. सुटकेचा प्रयत्न केला तर? प्रयत्न करता करता मरण आलं तर निदान हे आयुष्य तरी टळेल; पण यश आलं तर....?

मृत्यूवर मात करणारा जगातला एकमेव वीर ठरणार होतो मी!

विचार धाडसी होता; तितकाच कष्टाचा होता.

झाडांच्या फांद्या तोडून तराफा तयार करायचा! जाईल तिकडे जाईल!

बस! मनात विचार ठसला आणि मी तयारीला लागलो.

पहिली अडचण!...झाडावर चढणं!

प्रयत्न....प्रयत्न....!

सहा वेळा चक्क वीस-वीस फुटांवरून खाली पडलो होतो! पण

सातव्या प्रयत्नाला मात्र मी झाडाची पहिली फांदी गाठली होती.

मांड्यांची आणि फोर-आर्म्सची सालटी सोलून घेऊन, गुडघे फोडून घेऊन, शेवटी मी झाडावर चढण्याचं तंत्र अवगत करून घेतलं होतं.

पहिल्याच दिवशी हे विचार आले असते, तर निदान चाळीस दिवस वाया तरी नसते गेले!

पण....इट्स ऑल राईट! उशिरा का होईना, शहाणपण सुचलं होतं मला.

सतत दोन दिवसांचे अविश्रांत श्रम; पण खरंच काही वाटलं नाही मला. माणसांत परत जाण्याकरता मी वाटेल ते मोल द्यायला तयार होतो, या क्षणी.

दोन दिवस म्हणजे त्या मानानं कमीच लागले. केवळ उत्साहाच्या भरात होऊन गेलं होतं काम. नाहीतर मजबूत फांद्या फक्त टोकदार दगडाच्या साहाय्याने तोडायच्या म्हणजे गंमत नव्हती.

दुसऱ्या दिवशीच्या संध्याकाळी एका झाडाखाली फांद्यांचा एक प्रचंड ढीग तयार झाला आणि तेवढ्या फांद्या पुरेशा आहेत हे लक्षात आल्यानंतर मात्र माझा उत्साह ढेपाळला. अंगाखांद्यावर शिथिल थकवा खेळायला लागला.

फळंसुद्धा खाण्याच्या भानगडीत न पडता मी जी ताणून दिली, ते थेट दुसऱ्या दिवशी उन्हं बरीच वर आल्यावर जागा झालो.

नशीब माझं, बेट निर्जन असलं तरी सूर्यदर्शन होत होतं. दिवस-रात्रीतला फरक कळत होता. आफ्रिकेच्या दाट जंगलाचा भाग असता तर....?

शुद्धीवर आल्यानंतरचा आजचा त्रेचाळिसावा दिवस होता. चांगली दहा-बारा तास झोप झाल्यामुळे चांगलं फ्रेश वाटत होतं. भूक सपाटून लागली होती.

एका बाजूला प्रतिर्विधी उरकून मी गोड्या पाण्याचं डबकं गाठलं. खसखसून तोंड धुतलं. चुळा भरल्या. गिळगिळीत दातांवरनं खसखसून बोटं फिरवली.

मनुष्यवस्तीत गेल्यानंतर पहिल्यांदा मी एका संपूर्ण पेस्टनं दात घासणार होतो!

फळं तोडून खाल्ल्यानंतर पुन्हा माझं डोकं काम करायला लागलं.

फांद्या तोडल्या; पण त्या एकत्र बांधून तराफा तर करायला हवा? बांधणार कशाने?

नाईस! मनातल्या मनात मी माझ्या स्मरणशक्तीचं कौतुक केलं. दक्षिणेकडच्या टोकाला एक दाट चिवट वेल पाहण्यात आला होता माझ्या.

मी ताबडतोब त्या वेलीचा शोध घेण्याकरता निघालो. तब्बल दोन-तीन तासांनी दिसला मला तो. महिन्याभरात तो थोडासा सुकला होता. नवा वेल टवटवला होता.

चिवटपणाबद्दल खात्री करून घेत मी वेल हासडायला सुरुवात केली. खरंच चांगलाच चिवट होता वेल. उपटताना माझे आधीच हुळहुळे झालेले हात आणखीन लालबुंद होत होते.

शेवटी एका वेलीजवळ हाताच्या रक्ताचा ठसा उमटला आणि मी काम थांबवलं.

भरपूर झाला. तराफा नक्की तयार होईल.

तो सबंध दिवस तराफा तयार करण्यात गेला. पण तराफा असा मस्त झाला होता की बस्. दोन माणसं आरामात बसू शकली असती त्यावर.

अगं आई गं!

तराफा तर चांगला जड झाला होता. चार मैल ओढून समुद्रात ढकलता येणार नव्हता!

त्रेचाळीसच्या ऐवजी चव्वेचाळीस दिवस!

हे काम उद्या!....आज विश्रांती.

आणि तेच बरं झालं.

दुसऱ्या दिवशी सकाळी सूर्योदयाबरोबर मी तराफा ओढायला सुरुवात केली, अन् माझ्या लक्षात आलं- हे काम सर्वांत जिकिरीचं होतं. पोटभर फळं खाल्ली होती. पाणी प्यायलो होतो. तराफ्यावर जमतील तेवढी फळं ठेवली होती.

भरल्या पोटी तराफा ओढतानासुद्धा ब्रह्मांड आठवत होतं. पोटाला पीळ पडत होता.

समुद्रकिनाऱ्यावर पोचलो तेव्हा सूर्य माथ्यावर आला होता. शरीर घामानं पचपचलं होतं. खाऱ्या वाऱ्यानं कंड सुटत होती.

समुद्रावरच्या ओल्या वाळूत तासभर लोळून मी जरा ओलसर विश्रांती घेतली.

रामराम!

या अनोळखी बेटावर परत मी कधीही येणार नव्हतो.

एका अनोख्या उत्साहानं तराफा ओढत मी थेट लाटांमध्ये शिरलो. कमरेइतक्या पाण्यात तराफा तरंगायला लागला आणि आनंदानं बेहोश होऊन मी पाण्यात उड्या मारल्या. पाण्यावर थबथब हात मारले. वाटेल तशा आरोळ्या मारल्या.

जंगली लोक आनंद झाला की तो आरोळ्यांनी का व्यक्त करत असावेत, ते त्या दिवशी समजलं मला!

एखाद्या राजाच्या रुबाबात मी तराफ्यावर बसलो. स्वत:भोवती एक जाडजूड वेल गच्च बांधून त्याची टोके तराफ्याला आवळली. वल्ह्याप्रमाणे उपयोग करण्याकरता दोन चप्पट फांद्या ठेवल्या होत्या, त्यांनी मी पाणी ढकलायला सुरुवात केली.

भरती-ओहोटीतलं काही कळत नाही मला; पण सुदैवानं त्या वेळी ओहोटी असावी. तराफा झपाझप किनाऱ्यापासून दूर जात होता. माझ्या चेहऱ्यावरचं प्रसन्न हास्य त्या बेटाला खिजवत होतं.

संध्याकाळच्या आसपास....

नजर पोचेल तिथपर्यंत, अर्थात सागर! सागरावर स्वार झालेला एक इवलासा मानव!

अभिमान वाटला मला. आयुष्यात आपण असं धाडस करू म्हणून कोणी भविष्य वर्तवलं असतं, तर त्या माणसाला मी वेड्यात काढलं असतं. पण आज....

त्या महाकाळ समुद्राचं काहीच वाटत नव्हतं. जणू सन ॲन सॅन्डच्या छोट्याशा पाण्यात टायर टाकून पडलो होतो मी!

सुटकेच्या आशेनं चितवृत्ती प्रसन्न झाल्या आणि फावल्या वेळात

होणारी हॅर्टाची आठवण मनाभोवती पिंगा घालायला लागली.

योगायोग!

खरंच, जगात योगायोग हा प्रकार अस्तित्वात असेल का? आज मी जसा अनपेक्षित रीतीनं जिवंत आहे, तशी हॅर्टा जिवंत असेल का? मी किनाऱ्याला पोचून बर्मिंगहॅमला सांस्कृतिक भवनात गेलो, तर हॅर्टा मला तिथे भेटेल का? मला जिवंत पाहून काय वाटेल तिला?

तीच काय, प्रेसिडेन्टसकट सगळे अविश्वासानं पाहत राहतील! जणू मी अमोल चैनानी नसून त्याचं भूतच आहे!

गंमत येईल!

"निसर्गाशी पंचेचाळीस दिवस दुर्दम्य टक्कर देऊन, निसर्गावर मात करून मृत्यूच्या जबड्यातून परत आलेला हाच तो तरुण अमोल चैनानी!"

भारतापर्यंत बातमी जाईल तेव्हा काय खळबळ उडेल नाही? माँ तर वेडी होईल आनंदानं!

एका दिवसात अमोल चैनानी म्हणजे वर्ल्ड-फेमस पर्सनॅलिटी बनेल!

प्रवासातल्या केवळ सहा तासांत तीस-पस्तीस वेळा हेच स्वप्न रंगवलं होतं मी. आणि छत्तिसाव्या वेळी मात्र त्या स्वप्नातला चार्म, त्यातलं थ्रिल कमी झाल्यासारखं वाटलं.

कंटाळा आला. किती वेळा तेच ते विचार चिवडायचे?

शेवटी मी अजिबात न दिसणाऱ्या दिशांचं निरीक्षण करायला लागलो. निसर्गाच्या विविध रूपांत स्वत:ला रमवून घ्यायला लागलो.

काळ्याकभिन्न दिशा. चारी बाजूंना उफाळणाऱ्या काळलाटा.

कानठळ्या बसविणारा लाटांचा गडगडाट.

कधी तराफा ऐंशी-ऐंशी फूट वर जायचा....कधी शंभर फूट खोल!

जत्रेच्या पाळण्यासारखं वाटलं मला.

तराफा वर गेला की आपण जगाच्या शिखरावर आहोत,असं वाटायला लागायचं. ही जाणीव होतीय् न होतीय् तोच तराफा गचकन् खोल जायचा. डोक्यावर कित्येक फुटांवर पाणी जाणवायचं!

जर....जर एखादी लाट तशीच वर पसरली तर...

तराफा वर येईपर्यंत....

अमोल चैनानी खाऱ्या पाण्यानं टरारून फुगलेला!

पण अमोल चैनानी इतक्या सहजपणे मरायला जन्मला नसावा; नाही तर सूर्योदय पाहिलाच नसता त्यानं!

सागरी तांडवातले तीन दिवस....तीन रात्री!

जीव मुठीत धरून होतो मी. आता कसलीच शाश्वती वाटत नव्हती. किनारा....बर्मिंगहॅम....हॅर्टा...भारत!

खूप-खूप मागे पडलेली स्वप्नं भासत होती! या तीनच दिवसांत फार फॅन्टास्टिक बदललो होतो मी. सगळ्या जाणिवा बोथट व्हायला लागल्या होत्या. जीवन-मृत्यूच्या सीमा भेसूरपणे एकमेकींत मिसळायला लागल्या होत्या. विचारांमध्ये लाटांसारखाच असंबद्धपणा यायला लागला होता.

बहात्तर तास सतत पाणी....?

डोळ्यांसमोर पाणी. कानावर पाण्याचा आवाज. शरीराला पाण्याचा स्पर्श.

पाणी....पाणी....पाणी!

पृथ्वीच जलमय झाली असावी!

भुसुक्!

प्राणपणानं किंचाळलो मी.

आहे, अजून जीवनाबद्दल आसक्ती आहे!

तराफ्याच्या एका लाकडाचा वेल तुटला होता. लाकूड कुठल्या कुठे लाटेवर फेकलं गेलं होतं.

गेलं ते माझं नव्हतं; होतं ते मी जपू शकत नव्हतो!

तराफा मोडला असता, तरी काय करू शकणार होतो मी?

आणि खुद्द मीच मोडलो असतो,तरी किंचाळून मरण्यापलीकडे काय हातात होतं माझ्या?

सागरावर आरूढ होणाऱ्या राजाचा आवेश केव्हाच ओसरला होता. एखाद्या आश्रितासारखा दयनीय झालो होतो मी.

चौथ्या दिवसाची सकाळ उजाडली ती एक प्रचंड आग घेऊनच.

फळं संपली होती. आणि....

चार दिवसांत पोटात पाण्याचा थेंब नव्हता हो!

"द्या हो, कोणीतरी पाणी द्या!"

अऽऽन्ये वा डा मा य...

पाणी पाजा वो मा य.

अन्नदाता सुखी भव.

पाणीदाता सुखी भव.

भव....?

या भवनातील गीत पुराणे.

पुराणे जाळून त्यावर अन्न शिजवा.

शिवाजी....छत्रपती शिवाजी महाराज कीऽ

जय!!

जऽय....मैं आ रहा हूँऽ ऽ

कशाला? कशाला आ रहा हूँ?

भडव्या, ये दोस्ती हम नहीं तोडें ऽ गे....

मेला ना तो! आता कशाला आ रहा हूँ?....आँ?

मढ्याला पाणी पाजतो काय त्या लंबू टांग्याच्या? च्यायची!

मढ्याला नका हो पाणी पाजू?

मला पाजा....मला!

पाजा....पाजा....पाणी पाजा! आयांनो, दूध पाजा!

निमूटपणे पिईन. चावटपणा करणार नाही.

हॉ हॉ हॉ हॉ!

अमोल....अमोल....अमोल!

हं. मीच तो! आहे, अजून मन थोडंतरी ताळ्यावर आहे. मनातले असंबद्ध विचार नियंत्रित करणारी एकतरी सूक्ष्म विचारधारा आहे.

म्हणूनच अमोल चैनानी आहे. नाहीतर एव्हाना तराफा एकटाच मला श्रद्धांजली अर्पण करताना दिसला असता. अमोल चैनानी गडप. तळाच्या एखाद्या शिंपल्यात मोती होऊन गेला असता त्याचा.

मन ताळ्यावर ठेवण्याकरता आटोकाट प्रयत्न करावे लागत होते. मानसिक निग्रहाची कसोटी लागत होती.

अरे, विचार करा. पाण्याच्या अब्जावधी गॅलन्सवर बसून मी पाण्याच्या थेंबाथेंबाकरता तळतळत होतो रे!

तो दिवस मी रेटला कसाबसा.

समुद्रावरचा पाचवा दिवस!

आता मात्र भुकेनं आतडी पिळवटली जायला लागली होती. तहानेनं घसा सुकला होता. जीभ आत ओढली जायला लागली होती. मान वळवण्याचेदेखील त्राण उरले नव्हते अंगात.

आणि....हो, पहिल्यांदाच घशात एक प्रकारची कडवट चव आली होती. शरीरातून वाफा निघाल्याचा भास होत होता. मिटल्या पापण्यांवर जणू निखारे ठेवले होते.

सडकून ताप भरला होता!

एकीकडे माझं जिवंत प्रेत उन्हानं तापून निघत होतं. एकीकडे खाऱ्या पाण्यानं सालटी पांढरी पडायला लागली होती.

अन् ऐन टळटळीत दुपारी मला मोह झाला! पाच दिवस जे मी निग्रहानं टाळलं होतं, ज्याचा परिणाम चांगला होणार नाही हे मला कळत होतं, ते मी एका हळव्या क्षणात करून टाकलं!

झपाट्यानं वळून मी एक लाट तोंडात घेतली होती. खारटपणा घशात पसरत असतानाच मी सपाटून पाणी प्यायलो होतो!

आणि काही मिनिटांतच मला माझ्या मूर्खपणाचं फळ मिळालं होतं! पोटात जबरदस्त वेट फिरले. आतडी उलटी-पालटी झाली.

पोटातला ओलावा घेऊन पाण्याचा थेंब अन् थेंब ओकून पडला!

कळवळून रडलो मी. कळवळून रडलो. सहनशक्तीपलीकडे जास्त होतं सगळं. नाका-तोंडातून भळाभळा पाणी वाहिलं होतं. झिणझिण्या मेंदूपर्यंत गेल्या होत्या. मरणप्राय वेदना होत होत्या. पण....

मरत नव्हतो!

या....मृत्यु-गिधाडांनो, या! अमोल चैनानीचा हा दुबळा देह तुमची

शरीराचे डोळे करून वाट पाहतोय्!

मनापासून प्रार्थना करत होतो मी. बहुतेक लहान मुलांच्या गोष्टीमधले, विमानातून जाणारे शंकर-पार्वती तेव्हा आकाशातून जात नसावे; नाहीतर त्यांना नक्की माझी दया आली असती.

खरंच, विचित्रतेनं नटलं होतं माझं जीवन.

टँकवर पोहायला गेलेला तरुण केवळ पाण्यात मुका मार बसून बुडून जातो. मी पाच दिवस लाटांवर स्वार होतो. आधाराला एक तकलादू तराफा होता. लाटेच्या तडाख्यासरशी मी फेकलो गेलो नव्हतो, का एखाद्या प्रचंडकाय माशाच्या दृष्टीस पडलो नव्हतो!

आणि 'ब्यूटी क्वीन' मात्र किती सहजतेनं सागरतळाशी गेलं होतं, नाही!

आशा-निराशेचा कसला, निराशेचाच खेळ सगळा.

अमोल चैनानी...एक जिंदा लाश! एक अगम्य प्रारब्ध!

चूक आहे का?

सहाव्या दिवशी सकाळी मी कसेबसे डोळे उघडले आणि माझ्या जे दृष्टीस पडलं ते हॅर्टाच्या योगायोगांच्या कल्पनेतही बसलं नसतं.

मी किनाऱ्यावर होतो!! चक्क किनाऱ्यावर!!!

आनंदानं वेड लागायची पाळी आली होती!

अहो, अमोल चैनानी चक्क माणसांत आला होता! कोणताही देश असो; माणूस म्हणून काहीतरी किंमत मिळाली असतीच की नाही मला?

अगदी वाइटांत वाईट....चीनचा किनारा आहे! फारतर काय, मरेपर्यंत तुरुंगवास.

निदान माणसांत मरेन ना?

माझ्या ओढलेल्या चेहऱ्यावर हास्याच्या सुरकुत्या पसरत गेल्या. जबडा हलला. निष्प्राण हात-पाय जिद्दीनं हलले.

मी दुबळ्या शरीराची पर्वा न करता वाळूत लोळलो. खदखदा हसत स्वत:च्याच अंगावर वाळू उडवली.

मानसिक उभारी ही काय जबरदस्त चीज आहे, त्या दिवशी कळलं

मला. अक्षरश: ऑक्सिजनवर ठेवण्याच्या अवस्थेत होतो मी; पण बेभानपणे वाळू तुडवीत माझी पावलं तुडतुडत पुढे-पुढे पडत होती.

किती वेळ चालत होतो, कोण जाणे! पण....

पावलं अडखळली! पायात पाय अडकून धप्पकन् पडलो मी. वाळूत तोंड खुपसून....जोरजोरात रडायला लागलो.

अमोल चैनानी....मर भडव्या....मर! कुजू देत तुझं शरीर! त्याच लायकीचा आहेस तू!

सागरावर विजय!....मृत्यूवर मात!

हॉ हॉ हॉ हॉ!

समोरची झाडी गेल्या चाळीस दिवसांत माझ्या चांगल्या परिचयाची झाली होती!!

४

माझ्याइतका कोडगा मनुष्य जगाच्या पाठीवर कोणीही दाखवून द्यावा; आपण त्याच्या पाया पडायला तयार आहोत!

दाखवा ना; दाखवा!

निदान कोडगा का होईना, मनुष्य तरी दिसेल हो!

खरंच, समुद्रानंही हात जोडले असावेत माझ्या चिवट कोडगेपणापुढे! एकदा त्यानं सरळ-सरळ मला दहा दिवस अन्न-पाण्यावाचून फिरवत ठेवून पुन्हा त्याच निर्जन बेटावर आणून सोडलं होतं.

आणि आज त्यानंतर मोजून आठव्या दिवशी मी पुन्हा माझा तराफा नव्या उत्साहानं समुद्रात ढकलत होतो!

मात्र, या वेळी मी मागचा अनुभव चांगला जमेस धरला होता. माझा तराफा मागच्या वेळच्या तराफ्यापेक्षा चौपट मोठा आणि दसपट दणकट होता.तो करकचून बांधण्याकरिता मी त्या वेलींची पार पाळंमुळं खणून काढली होती.

दुसरी महत्त्वाची गोष्ट–मातीला मडक्याचा आकार देऊन, ते चार दिवस तापवून पक्कं केलं होतं. त्यात डबक्यातलं गोडं पाणी गच्च भरून घेतलं होतं. फळांनी तर संपूर्ण तराफा भरला होता.

समुद्रात तराफा ढकलताना या वेळी समुद्राची फारशी

भीती वाटली नव्हती मला. सवयच होते माणसाला एक प्रकारची. उलट, प्रवास करण्याच्या खुषीत होतो मी.

दोन दिवस उलट्या आणि जुलाबांनी गळून गेल्यानंतर चार दिवस विश्रांती घेतली होती मी. त्या फळांची किमया बाकी अजब! त्यात काय नुसतं बी व्हिटॅमिन होतं की काय कुणास ठाऊक? पण चार-आठ दिवसांत चांगली तरतरी आली होती मला.

दुपार कलायच्या बेताला मी तराफा समुद्रात वल्हवला होता. वादळी वारा हळूहळू डोकावून जात होता.

पण ही भीती कोणाला?....मला? मी तर स्वत:ला केव्हाच डेडलिस्टमध्ये टाकलं होतं.

आत्ताच्या आत्ता प्रवासाला निघण्याचं एकच कारण होतं. वारं थेट समुद्राकडून किनाऱ्याकडे होतं.

अन् खरोखर फायदा मिळाला मला त्याचा. तराफा जेमतेम दोन मैल समुद्रात शिरला असेल....धूँऽ ऽ....

च्यायला!....हे काय झालं?

डेड-लिस्टला नाव टाकलं असं म्हटलं,तरी त्या वेळी सॉलिड हादरलो होतो मी!

पाण्याची एक प्रचंड भिंत!!

शप्पथ!....किमान पन्नास-पाऊणशे फुटांची असेल!

गोट्या कपाळात!

पण नाही....चांगली होती लाट ती! माउलीच म्हणायला हवं तिला. माझा तराफा तिनं तडकाफडकी सहा-सात मैल वाहून नेला होता!

गंमतच आहे!

मोजून तेरा माउल्या भेटल्या मला लागोपाठ!

जे अंतर तोडण्याकरिता मला चुबूक-चुबूक वल्ही मारत कित्येक तास वाया घालवावे लागले असते, ते अंतर त्या लाटा-माउलींनी केवळ तासाभरात पार पाडून दिलं होतं!

आणि खोटं वाटेल तुम्हाला, माझा तराफा, मी, माझी फळं....सगळं

शाबूत होतं!

पाणी....पाणी तर मी उराशी कवटाळूनच बसलो होतो!

याचा अर्थ, आता कित्येक दिवसांनी अमोल चैनानीचं लक पालटलं होतं!

खरंच पालटलं होतं.

हळूहळू अंधार पडायला लागला होता. लाटांच्या गडगडाटात ढगांचा गडगडाट मिसळायला लागला होता. मध्येच विजा चमकून समुद्राच्या रुद्र स्वरूपाची झलक दाखवीत होत्या.

आणि माझा तराफा कोणीकडे का होईना, प्रचंड वेगात वाहत होता!

सहस्त्र नेत्रांनी आभाळ रडायला लागलं आणि मला पुन्हा एकदा तीव्रतेनं 'ब्यूटी क्वीन' ची आठवण झाली. ओघाओघानं मनात पुन्हा हॅर्टाचे विचार डोकवायला लागले.

योगायोग!

खरंच तिच्या योगायोगात काही अर्थ होता काय?

प्रवास सुरळीत चालला होता आणि मन शांतपणे विचार करत होतं.

समजा, हॅर्टा जिवंत आहे...पुढे?

आपण जिवंत असू, हे कोणीतरी गृहीत धरलं असेल का? एव्हाना आपल्या आई-वडिलांनी कधी नव्हे तो आपला फोटो एन्लार्ज करून त्याला हारही घातला असेल! रोज अमोलच्या नावानं शिव्या मोजणारी आई डोळ्यांत पाणी आणून-आणून राकेश आणि शानोला त्यांचा मोठा भाई कसा गुणवान होता, याचं वर्णन ऐकवत असेल!

हॅर्टा इतके दिवस वाट पाहील आपली?

हॅर्टा!

काय बरं झालं असेल तिचं? मेली असेल तर तिची ती चार वर्षांची मुलगी....? किती हाल झाले असतील नाही तिचे!

त्याच क्षणी मनानं एक निर्णय घेतला. हॅर्टा जिवंत आहे का याचा शोध घ्यायचा. जिवंत असेल तर तिच्याशी लग्न करायचं. तिची मुलगी

स्वीकारायची आणि ती जिवंत नसेल तर तिच्या मुलीचा शोध घेऊन तिच्या पालन-पोषणाची जबाबदारी स्वीकारायची!

हा निर्णय मी का घेतला, किंवा त्याच क्षणी का घेतला, ते माझं मलादेखील सांगता नसतं आलं; पण बरं झालं घेतला ते. विचारांना काही तरी खाद्य मिळालं होतं.

हॅर्टा कुमारी माता कशी बनली असेल? कोणी फसवलं असेल तिला?

त्याला शोधून काढायचा! आणि....

हं, हॅर्टासारख्या निष्पाप तरुणीला फसवणारा मनुष्य मरायला हवाच!

आता हॅर्टाचा शोध घेणं सोपं होतं. मला हॅर्टा गॉगलेंन हे नाव माहीत होतं. व्यक्ती माहीत होती. म्हणजे, त्या मानानं सोपं होतं.

पण समजा, हॅर्टा हयात नाही.

तिच्या मुलीचा शोध कसा घ्यायचा? दिसते कशी ते माहीत नाही, नाव माहीत नाही, घर माहीत नाही.

दिसेल त्या चार वर्षांच्या पोरीला 'तू हॅर्टाची मुलगी का गं?' असं विचारत सुटायचं?

च्यायला! विलक्षण आत्मकेन्द्रित असतो मनुष्य. माझा वेळ जावा म्हणून मी अगदी करड्या मनानं, हॅर्टा मेली असेल तर....वगैरे वगैरे विचार करत होतो!

पण नाहीतरी दुसरं काय करणार होतो मी? हे असले विचारांचे बंगले लाटांवर रचता रचता पहाट झाली होती. केवळ मी माझ्या नादात होतो म्हणून मला गगनचुंबी लाटांचं भय वाटलं नव्हतं. पाताळापर्यंत भिडलेली सागराची खोली मला भेडसावत नव्हती. मुसळधार पावसानं मी विचलित झालो नव्हतो.

वेळ गेला नसता तर अमोल चैनानीच्या प्रेतयात्रेचा देखावाही मी डोळ्यांसमोर आणला असता!

पण ती वेळ आली नाही!

किनारा!....किनारा!!

काळाकुळकुळीत किनारा!

आणि तराफा थोऽडासा डाव्या अंगाला चालला होता. किनारा दृष्टिक्षेपात असल्यावर मी बरा तराफा दूर जाऊ देईन?

आवेशात मी वल्हं (?) उचलून तराफा वल्हवायला सुरुवात केली. किनाऱ्याच्या दिशेनं तराफा नेण्याकरिता मला फार कष्ट पडले.

तंत्र आहे ते. नुसतं पाणी मागे ढकलायचं नसतं. बऱ्याच प्रयत्नांनंतर साधलं मला ते.

डाव्या हाताचं वल्हं तिरपं, प्रवाहाच्या दिशेनं मारायचं आणि उजवा हात सरळ मागे जाऊ द्यायचा.

एक्झॅक्टली, अर्ध्या तासात मी किनाऱ्याच्या बराच जवळ आलो.

आनंदानं आरोळी मारण्याकरता मी आ वासला आणि....आ तसाच!

शंभर फुटी किनारा वर-खाली होत समुद्रात निघून गेला होता!!

अगगगं! केवढा मोठा मासा!

मी किनारा म्हणून पाठीवर उतरलो असतो तर!...

दुप्पट वेगाने उलटे हात मारायला सुरुवात केली मी. आधी 'किनारा किनारा' करून उत्साहानं वल्ही मारून दंडांत गोळे आणले होते; आता दूर पळण्याकरिता पुन्हा एकदा मी जिवाचे रान करत होतो!

हळू हळू पावसाचं थैमान विरळ-विरळ होत गेलं. दिवस उजाडला आणि आपण 'त्या' किनाऱ्याजवळ नाही याची खात्री होताच मी तराफ्यावर वल्ही टाकली. हाफाफत उताणा पडून राहिलो.

या क्षणी कोणी जर माझे फक्त दंडच पाहिले असते तर मला नक्की 'मिस्टर युनिव्हर्स' सारखी एखादी पदवी मिळाली असती!

काही असो, मागच्या वेळेपेक्षा सगळं सुरळीत चाललं होतं.

उगाच काहीतरी नाही सांगत, मोजून पाचव्या दिवशी मी खरा किनारा पाहत होतो! होय. आणि तो किनारा 'त्या' बेटाचा नव्हता!

जस्ट अ मिनिट, मी वेडा झालेलो नाही. मला भास होत नाहीयेत.

मला काही मैलांवरचा किनारा स्पष्ट दिसतोय्! लांबलचक पसरलेला. दाट झाडांनी वेढलेला.

किनारा....किनारा!

करा रे, हाका रे, पिटा रे, डांगोरा!

अमोल चैनानीच्या स्वागताची तयारी करा!

अमोल चैनानी आला आहे. तो तुम्हाला मृत्यूबद्दल काही उपयुक्त माहिती सांगणार आहे.

पहिला धडा.

मृत्यूला घाबरू नका!

दुसरा धडा.

मृत्यूच्या आईची टांग!

तिसरा धडा.

किनारा आला. झोपा बरं आता.

बिनधास्त झोपा हं!

अमोल चैनानीलाही फार फार झोप येतीय्!

मनावरचं हिमालयाएवढं दडपण गेलं ना....आता तो थकवा त्याला जाम जाणवतोय्.

लेट हिम हॅव अ साउन्ड स्लीप!

अं?....हिमालयाएवढं दडपण म्हणजे काय?

नो टॉक! नॉनसेन्स!

फार म्हणजे फारच फ्रेश वाटत होतं मला. सावध झालेल्या अगदी पहिल्या क्षणी मी खाडकन् डोळे उघडले.

खरंच मी किनाऱ्यावर होतो!

एका बाजूला माझा तराफा पडला होता. त्यावर अजूनही ते थोडंसं पाणी असलेलं कच्चं मडकं होतं. फळं मात्रं गायब होती.

आणि....

लाजलो मी!

हागणाऱ्यानं तरी लाजावं, किंवा पाहणाऱ्यानं तरी!

मी पाहत होतो, आणि पाहता-पाहता लाजलो होतो!

छान! आपल्या अंगावर अपुरी वस्त्रं आहेत म्हणून मला लाज वाटायला हवी होती. मी लाजलोही होतो; पण....

माझ्याभोवती जेवढी माणसं होती, त्यांच्यापैकी एकाच्याही अंगावर बोटभरदेखील चिंधी नव्हती!!

म्हातारी-कोतारी, तरुण-तरुणी, पोरं, बाळं...

सब कुछ खुल्ला!

कोणता देश आहे हा?

मी माणसांकडे आश्चर्यानं पाहत होतो आणि माणसं कुतुहूलानं माझं निरीक्षण करत होती.

सर्वांत पुढे उभी असलेली एक चार-पाच वर्षांची गोड पोरगी कुतूहलानं पुढे आली.

हॅर्टाची मुलगी असेल का ही?

मी प्रेमानं तिच्याकडे पाहून हसलो.

माणूस मंगळवारचा असो, पृथ्वीवरचा असो, नाहीतर सूर्यावरचा असो; हास्य हे एक संवादाचं माध्यम आहे.

तीही हसली. अडखळत पावलं टाकत माझ्या अगदी जवळ आली बिचारी! पायात दोष होता काहीतरी तिच्या. लहानपणी पोलिओ झाला असावा.

ती खाली वाकली. तिनं मी लज्जा रक्षणाकरता गुंडाळलेल्या वल्कलांना हात लावला अन् मी चमकलो.

"ए, काय करतेस?" तिचा हात बाजूला सारत मी ओरडून विचारलं आणि चेहऱ्यावर भीतीचे भाव धारण करून ती मागे पळाली.

"हॅलो, गुड मॉर्निंग." सर्वांकडे पाहून हसत मी उद्गारलो. आता लाजण्याचं कारणच नव्हतं. नागड्या लोकांचाच देश असेल, तर मी तरी किती वेळा लाजणार?

लोकांच्या माना हलल्या. त्यांनी एकमेकांकडे पाहिलं....पुन्हा माझ्याकडं पाहिलं. त्यांच्या नजरेत किंचित आश्चर्याचे आणि बरेचसे भीतीचे भाव तरळले होते.

लोक चार पावलं मागे सरकले होते!

अरे! ही माणसं घाबरतात का आपल्याला?

"हॅलो, गुड मॉर्निंग, आय से." पुन्हा बळंच हसून मी म्हणालो. त्यांच्या चेहऱ्यावर मख्खपणाचा एक लेप बसला आणि मी गांगरून गेलो.

समजा, यांना इंग्लिश येत नाही. पण काहीतरी बोलतील? खुणा करतील? का हे सगळे नागडे बहिरेपण आहेत?

त्यांनी पुन्हा एकमेकांकडे पहिलं. त्याच्या माना एका विशिष्ट दिशेनं वळल्या. ज्या माणसाकडे त्यांनी पाहिलं होतं, तो थोडासा पुढे आला. माझ्याकडे पाहून हसला. त्यानं मला हातानं काहीतरी खूण केली. ती 'जरा थांब' अशा आशयाची होती, का 'माझ्या मागोमाग ये' अशा अर्थाची, तेच समजलं नव्हतं मला.

पण थांबण्याची खूण असावी ती. खूण करून तो झटकन् मागे वळला. झपाझप चालत निघून गेला.

वाढणारी गर्दी कुतूहलानं माझं निरीक्षण करीत होती आणि येणारा प्रत्येक नवा माणूस टोटली नागडा बघून हसू आवरणं मला कठीण जात होतं.

हा कुठला तरी दिगंबर जैनांचा वगैरे प्रदेश होता की काय? ते लोक असतात म्हणे असे!

किती वेळ असे टकमका बघत बसणार हे चेहऱ्याकडे! वैतागून मी उठलो. आणि मला उठून उभं राहिलेलं पाहताच गर्दी भराभर मागे हटली.

पहिल्यांदाच एक गोष्ट लक्षात आली माझ्या. त्यांच्यातला एकही माणूस माझ्या छातीइतक्या उंचीचाही नव्हता!

गलिवरच्या सफरीतल्या बुटक्यांचा प्रदेश असावा तो!

त्यांची उडालेली त्रेधा-तिरपीट बघूनच गंमत वाटली मला. मी जमावाच्या एका दिशेकडे पावलं टाकली आणि त्या दिशेचे लोक अगदी जीव मुठीत धरून दूर पळाले.

एकजात सगळे गिड्डे पळण्यात सॉलीड वेगवान होते. शर्यत लावली असती तर मी एक मैलाचं अंतर काटेपर्यंत ते चार मैल तरी पळाले असते.

मी खदखदून हसलो आणि ते आणखीनच बिथरून गेले. माझ्यापासून चांगले शंभर-एक फूट तरी पळाले होते सगळे!

आता माझीही भीड चेपली होती. प्रदेश कोणताही असो, मला भीती नव्हती.

मी सरळ त्यांच्या दिशेनं चालत राहिलो आणि त्यांची पांगापांग झाली. क्षणार्धात किनारा ओस पडला.

आणि त्याच वेळी मला दूरवर एक ठिपका दिसला. फार जलद वेगाने तो माझ्या दिशेने येत होता. काय असावं तेही कळत नव्हतं, इतका वेग होता त्याचा.

शेवटी माझ्यापासून काही फुटांवर ठिपका थांबला आणि माझ्या लक्षात आलं, त्यांचं वाहन असावं ते! चाकं नाहीत, स्टिअरिंग व्हील नाही, कुठल्याही प्रकारची मशिनरी नाही, आणि तरीही पळालं होतं ते!

मी अवाक् होऊन त्या पांढऱ्या चौकोनी ठोकळ्याकडे पाहत होतो आणि ठोकळ्याबाहेर डोकं काढून एक वृद्ध गृहस्थ माझं सूक्ष्म निरीक्षण करत होता. ज्यानं मला थांबण्याची खूण केली होती, तो त्याच्या शेजारी बसून भेदरटासारखा माझ्याकडे पाहत होता.

''हॅलो, हाऊ डु यू डु?'' मी ठोकळ्याच्या दिशेनं पुढे जात विचारलं.

या वस्तीतला पहिलाच धीट मनुष्य असावा तो. तो त्या ठोकळ्यातून बाहेर आला होता. शांतपणे माझ्या दिशेनं पुढे येत होता. त्याच्या नजरेत एक आगळाच आनंद चमकत होता. त्यामागचं कारण मला त्या वेळी समजलंच नव्हतं.

तो माझ्या अगदी जवळ आला. त्यानं वर मान करून माझ्याकडे बारकाईनं पाहिलं आणि मला त्याच्या निरीक्षणाचं हसू आलं.

हेही बुटकं नागडंच होतं!

''हॅलो, हाऊ डु यू डु?'' मोठ्या कष्टानं त्याच्या तोंडून उद्‌गार बाहेर पडले आणि माझा जीव भांड्यात पडला. निदान कोणाला तरी माझी भाषा येत होती.

''माझं नाव अमोल चैनानी.'' त्याला आश्चर्याचा प्रचंड धक्का बसला

असावा. तो आ वासून डोळे फाडून माझ्याकडे पाहात होता.

साहजिकच होतं.'ब्यूटी क्वीन'च्या वादळात अमोल चैनानी मेला असं जगानं गृहीत धरलं होतं. त्याला आश्चर्य वाटणारच.

"मी जिवंत आहे."

"होय तेच....तेच पाहतोय् मी!"

बोलताना त्याला प्रत्येक अक्षर असं एकत्रित करून फेकल्यासारखं का बोलावं लागत होतं, तेच समजेना मला. जणू प्रत्येक शब्दाकरता त्याला त्याची हजारो वर्षांची तपश्चर्या वेचावी लागत होती.

"मी कोणत्या देशात आहे ते समजेल काय मला?" मी आसपासचा प्रदेश न्याहाळत विचारलं.

"तुम्ही कृपया, माझ्याबरोबर चला."

हे बोलण्यापूर्वी त्याला तब्बल किती विचार करावा लागला होता!

"थॅंक्यू!" मी म्हणालो आणि त्याच्या मागोमाग ठोकळ्याच्या दिशेनं चालू लागलो.

त्याच्या बरोबर मला येताना पाहून तो दुसरा माणूस केव्हाच ठोकळ्यातून उडी टाकून पळून गेला होता.

आम्ही ठोकळ्यात बसलो आणि त्यानं एक कणभरही हालचाल न करता ठोकळा गरकन वळला. जेटच्या वेगानं धावत सुटला.

निदान गावाच्या रचनेत फारसा बदल नव्हता. बिल्डिंगचा टोलेजंगपणा आणि अरुंद रस्त्यांची दाटी पाहून मात्र मला थेट शांघायची आठवण आली होती.

आमचा ठोकळा रस्त्याने जात असताना हजारो नजरा आमच्याकडे पाहत होत्या. बोलत कोणीच नव्हतं.

त्याच्या मनात काय होतं कोणास ठाऊक! दहा मिनिटांत त्यानं मला संपूर्ण शहराच्या गल्ली-बोळांतून नेत, रोडवरून फिरवून आणलं होतं.

दहा मिनिटांत गावाची अनेक वैशिष्ट्यं टिपली होती मी.

गावात एकही दुकान नव्हतं, एकही हॉटेल नव्हतं. कुठे औषधालादेखील चिंधी नव्हती! रस्त्यानं कित्येक ठोकळे हिंडत होते!

शेवटी गावभर हिंडल्यावर तो ठोकळा एका फूटपाथवर चढला. एका विशालकाय प्रवेशद्वारातून आत शिरला, एका लिफ्टमध्ये जाऊन उभा राहिला.

''कितव्या माळ्यावर राहता तुम्ही?''

''माळा?....आपण विसाव्या रस्त्यावर जाणार आहोत!''

विसावा रस्ता?

मी चमत्कारिक नजरेनं त्याच्याकडे पाहिलं.

''आता आपण हिंडलो, तसे एकमेकांवर चोवीस रस्ते आहेत! चोवीस रस्त्यांवर अशाच इमारती आहेत!

मी अक्षरश: बावळटासारखा त्याच्या तोंडाकडे पाहत असतानाच 'विसाव्या रस्त्या' वर लिफ्ट थांबली होती. आमच्या मागोमाग आणखी पाच-पंचवीस ठोकळे बाहेर पडले होते. काही आत शिरले होते.

पुन्हा एका प्रवेशद्वारातून ठोकळा बाहेर पडला आणि मी वर पाहिलं. अगगगं! दीडशे फुटांवर खरंच एक रस्ता होता!

''तो एकविसावा?''

त्यानं होकारार्थी मान डोलावताच मी हबकलो!

मंगळ किंवा अशाच एखाद्या परग्रहावर तर नाही ना आलो आपण?

नाही. हा तर आपल्यासारखाच माणूस आहे.

चक्रावून गेलो होतो मी. आता तो काय करतो ते नुसतं पाहणार होतो. काही प्रश्न विचारून आणखी घोटाळ्यात पडण्याची माझी इच्छा नव्हती.

ठोकळा एका इमारतीत शिरला. पुन्हा एका लिफ्टनं आम्हाला ठोकळ्यासकट वर नेलं.

एक लंबुळका कॉरिडॉर ओलांडून ठोकळा इमारतीच्या मागच्या बाजूला आला.

पार्किंग लॉट असावा तो. आमच्या ठोकळ्यासारखेच कितीतरी ठोकळे तिथे उभे होते.

मी त्याच्या पाठोपाठ ठोकळ्यातून खाली उतरलो.

पायांना स्पीड जाणवला अन् मी चमकून खाली पाहिलं.

एक छोटा रस्ता आम्हाला मागे नेत होता.

एका वळणापाशी येताच त्यानं उजव्या रस्त्यावर उडी मारली. मी त्याचं अनुकरण केलं.

आमच्या प्रवासाची दिशा बदलली होती.दोन-तीनदा असे रनिंग पाय बदलून आम्ही शेवटी एका पायरीवर उभे राहिलो.सरकन् दरवाजा उघडला गेला.

"तू वाकून ये; नाही तर तुझं डोकं आपटेल."

त्यानं योग्य वेळी सूचना दिली होती. नाहीतर दरवाजाच्या वरच्या चौकटीवर टाळकं शेकलं असतं माझं.

घरांची उंची कमी होती, एवढं सोडलं तर मांडणी परिचयाची होती. अर्थात, मला समजू न शकलेल्या कित्येक वस्तू होत्या त्या घरात

आम्ही आत शिरताच दरवाजा बंद झाला. एक म्हातारी बाहेर आली. तिनं एकदा म्हाताऱ्याकडे पाहिलं, नंतर कौतुकानं माझ्याकडे पाहिलं. ती आत निघून गेली.

मी एका छोट्याशा खुर्चीत स्वत:ला कोंबलं.

"अं, काय नंबर तुझा?" म्हाताऱ्यानं विचारलं.

"नंबर?"

"नाही. नाव नाही का? काय नाव तुझं?"

"अमोल चैनानी. भारताचा रहिवासी आहे मी."

"भारताचा?"

"हो. मग त्यात एवढं आश्चर्य वाटण्यासारखं काय आहे?"

"समजेल तुला." गूढपणे हसत तो म्हणाला.

"आपलं नाव काय?"

"नाव?....सांगतो तुला मी सगळं. पहिल्यांदा तू मला सांग, तू वयानं तरुण आहेस.तुला इतकं चांगलं इंग्लिश कसं येतं?"

"कसं म्हणजे?....इंग्लिश मिडियमलाच होतो मी."

"अं?"

"हो, माझं सगळं शिक्षणच इंग्रजीतून झालं."

"तू काय म्हणतोस तेच मला कळत नाही! आज मी अडोतीस वर्षांचा म्हातारा झालो, तरी इंग्रजीचा अभ्यास अपुरा आहे माझा!"

"अडोतीस....?"

"मग? तिशीच्या वर गेलो ना मी!"

"मीच तीस वर्षांचा आहे!"

"हॅट!....तू जास्तीत जास्त सतरा....अठरा!"

"अहो!"

"तरी इंग्रजीचं ज्ञान कुठून प्राप्त झालं तुला?"

क्षणभर मी इतका वैतागलो की, या माणसाच्या टाळक्यात खुर्ची मारून पळून जावंसं वाटलं मला!

"का? त्यात अवघड काय आहे?"

"पोरा, दुर्मीळ भाषा आहे ही!"

"दुर्मीळ....?"

"आठशे वर्षांपूर्वीच्या भाषेचा अर्थ लावणं इतकं, इतकं सोपं नाही!"

"आठशे?"

मी इतक्या जोरात किंचाळलो, की मघाची म्हातारी परत घाबऱ्याघुबऱ्या चेहऱ्यानं बाहेर आली. म्हाताऱ्यानं खूण करताच आत गेली.

"मुला, व्यक्तीला नाव असणं, त्याच्या अंगावर कपडे असणं, शहरांना नावं असणं, विचारांच्या माध्यमाकरता भाषा वापरणं....सगळी आठशे वर्षांपूर्वीच्या संस्कृतीची लक्षणं आहेत!"

मी ताडकन उठून उभा राहिलो.

दुसऱ्या क्षणी मी बेशुद्ध पडलो होतो!!

◆◆◆

५

मानसिक समाधानाकरता कल्पनांचा खेळ खेळणं, खोट्या आशा उराशी बाळगणं आणि त्या फोल ठरल्यानंतर दु:खावेगात स्वत:ला लोटून देण्यापेक्षा, आजपर्यंत अमोल चैनानीनं नेहमीच परिस्थितीचा स्वीकार केलाय. कायम परिस्थितीशी मिळतं-जुळतं घेतलंय्.

पण....पण इतकं भयानक सत्य त्याच्या वाट्याला यावं? इतकं? सर्व जागतिक धक्के पचवण्याचा ठेका काय एकट्या अमोल चैनानीनं घेतलाय काय?

समुद्रमंथनातून वर आलेलं, ब्रह्मांड जाळायला निघालेलं हलाहल शंकरांनी पचवलं होतं म्हणे! आता आधुनिक शंकर बनण्याचा मान अमोल चैनानीला मिळत होता!

पण सत्य हे सत्य होतं.

अमोल चैनानी एकोणीसशे पंच्याहत्तर सालातला होता आणि २७३२ सालातल्या एका माणसासमोर तो बसला होता. अमोल चैनानीही खरा होता; समोरचा माणूसही खरा होता. २७३२ साल खरं होतं हे भिंतीवरच्या कॅलेन्डरवरनं सिद्ध होत होतं. मला मूर्ख बनवण्याकरता कॅलेन्डर छापलेलं नव्हतं!

माझी हकीकत सांगून संपली होती. थेट माझ्या जन्मापासून तो 'ब्यूटी क्वीन'चा अपघात, माझं त्या निर्जन बेटावरचं वास्तव्य,

नंतरचा माझा सागरी प्रवास, माझं किनाऱ्याला लागणं....सर्व काही मी सांगितलं होतं.

आणि समोरचा 'अडोतीस' वर्षांचा वृद्ध गृहस्थ ते ऐकून पार सुन्न होऊन गेला होता.

"याचा अर्थ अमोल, त्या अज्ञात बेटावर तू आठशे वर्षं बेशुद्ध होतास!" शेवटी कोंडी फोडत तो म्हणाला आणि मी हसून मान डोलावली. पण हसावं का रडावं, तेच मला समजत नव्हतं.

आठशे वर्षं! दोन पिढ्यांना एकमेकांमधलं काळाचं अंतर ॲडजस्ट करून पटवून घेता येत नाही; मला आठशे वर्षांनंतरच्या जगाशी पटवून घ्यायचं होतं! या जगाचे आचारविचार,त्याची विचारप्रदानपद्धती,त्याची संस्कृती, त्याचे संकेत....त्याचं जगच आठशे वर्षांनी मागे होती.

कसं पटणार होतं माझं?

त्यातल्या त्यात एकच गोष्ट अनुकुल होती. समोरच्या एका माणसाला तरी माझी भाषा येत होती. माझ्या संस्कृतीत त्याला स्वारस्य होतं.

पुरातत्त्ववेत्ता म्हणून जागतिक मान्यता पावलेला गृहस्थ होता तो!

"अमोल", बऱ्याच वेळानं विचार करून तो म्हणाला,"मानववंशशास्त्र आणि भूगर्भशास्त्र यांच्या सहकार्यानं मी अखंड चोवीस वर्षं पूर्वजांचा अभ्यास करत होतो. त्या वेळी उत्खननात जे अवशेष मिळाले, किंवा वेळोवेळी जे पुरावे मिळाले,त्याच्याशी तुझी वर्णनं तंतोतंत जुळतात.

"तू वर्णन केलेली बार्बारा सिटीही साधारण चारशे वर्षांपूर्वी भूकंपात गाडली गेली असावी किंवा २१८८ साली महायुद्धात दोनतृतीयांश जग बेचिराख झालं, त्यात बार्बारा सिटी असावी. तू सांगितल्याप्रमाणं रचना असलेल्या कित्येक जागा उत्खननात आढळल्या होत्या आम्हाला.

"तुला समजतंय् ना माझं बोलणं?"

मी मंदपणे होकारार्थी मान डोलावली.

"कारण बोलण्याचा प्रश्नच येत नाही आजकालच्या युगात! मानव इतका पुढे गेला आहे की, विचार-संक्रमणाकरता त्याला भाषेच्या माध्यमाची

आज गरज उरलेली नाही."

"म्हणजे....?"

"आम्ही मानसिक स्तरांवर विचार कन्व्हे करतो!"

हे सगळे मुके का,याचं कोडं आता उलगडलं होतं मला.

"तुला खोटं वाटत असेल, नाही?"

खोटं काय वाटायचंय्? आठशे वर्षांनंतर एक मानव शुद्धीवर येण्याचा विक्रम निसर्गानं केला होता! याहून चमत्कृती ती काय असणार?

"गंमत बघ."

त्यानं आतल्या खोलीत जाणाऱ्या दरवाजाकडे पाहिलं. क्षणात त्याच्या बायकोनं बाहेर मान काढली.

"पाहिलंस?....तिला हाक मारण्याइतका मला ध्वनीच्या माध्यमाचा उपयोगदेखील करावा लागला नाही!"

"तुला मी १९७५ पासून जगात काय उलाढाली झाल्या त्या थोडक्यात समजावून देतो. म्हणजे तुझ्या मनातला बराचसा घोटाळा कमी होईल. फक्त समजलं नाही तर तू विचार, मी तो भाग पुन्हा समजावून देईन. कारण आठ शतकांपूर्वीची भाषा, तिचे स्वराघात, तिच्यातल्या किचकट शब्दांचे अर्थ...माझ्या हातून चूक होण्याची शक्यता आहे.

"तू म्हणतोस त्याप्रमाणे १९७५च्या सुमाराला जगाची एकंदर रचना अशी होती. जगाचे खंड होते. आशिया, युरोप, अफ्रिका...अशी या खंडांना नावं होती. प्रत्येक खंडामध्ये चीन,रशिया,अमेरिका,जपान,भारत असे काही छोटे-मोठे देश होते.

"हे खंड बरेच प्रगतिपथावर असावेत. अणुशक्तीच्या आधारे त्यांनी आपलं युद्धबळ वाढवलेलं असावं. विजेचा वापरही त्यांनी बऱ्याच कारणांकरता करून जीवन समृद्ध केलेलं असावं.

"परंतु १९९७ किंवा २००१ साली युरोप खंडात जो प्रचंड भूकंप झाला, त्यात युरोप खंड पार गाडला गेला. तीन-दशांश युरोपखंड वाचला होता. बाकीचा सातदशांश युरोप जलमय झाला.

"आता तुझं ते बार्बारा सिटी नेमकं तीनदशांशमध्ये येतं, का सात-

दशांशमध्ये येतं हे तुलादेखील सांगता येत नाही. तुला बार्बाराचं लोकेशन नीट सांगता आलेलं नाही.

"साधारण इ.स.२०००च्या सुमाराला युरोप खंड नामशेष झाल्यानंतर उरलेल्या तीन दशांश युरोपखंडावर अधिकार गाजवण्याच्या लालसेनं अमेरिका, चीन, रशिया आणि भारत या त्या काळच्या बलाढ्य राष्ट्रांमध्ये चुरशीची स्पर्धा सुरू झाली.

"त्यातून २०५४ साली एक छोटंसं अणुयुद्ध झालं. त्या युद्धात अमेरिका आणि रशिया एकत्र आले होते. भारत लबाडपणे तटस्थ होता आणि मधल्यामध्ये चीन मात्र मुंगीसारखा चिरडला गेला होता!

"त्यातून २०५४ च्या सुमारालाच तिसऱ्या महायुद्धाची ठिणगी पडली असती; परंतु चीनच्या नाशाबद्दल कोणालाच वाईट वाटलं नव्हतं. आणि त्या काळचा भारतातला शांतिदूत म्हणून प्रसिद्ध पावलेला ऋषीबाबा शांतिनाथ याच्या मध्यस्थीनं त्या वेळी युद्धाला अर्धविराम मिळाला.

"परंतु बाबा शांतिनाथ २०७० च्या सुमाराला समाधिस्थ झाला आणि पुन्हा युद्धाची वारी खेळू लागली.

"अर्थात युद्धाला तोंड फोडणं तितकं सोपं नव्हतं. युरोप खंड आणि प्रचंड लोकसंख्येच्या चीनच्या सर्वनाशापासून जगानं हिंसेचा इतका धसका घेतला होता की, त्या वेळची युद्धांची वारी कोरडीच ठरली.

"त्यानंतरचा जवळजवळ शंभर वर्षांचा कालखंड धुसफुसत्या शांततेत गेला. या कालखंडात युरोपची तीनदशांश वस्ती सावरली होती. चीनमध्ये भारतीय वस्ती नांदायला लागली होती. भारताच्या हितशत्रूंना भारताची भरभराट पाहवत नव्हती; पण भारत हे त्या काळातल्या चार बड्या राष्ट्रांत मोडत असल्यामुळे भारताकडे वाकड्या नजरेनं पाहण्याचं धाडस कोणीच केलं नव्हतं.

"मात्र युद्धाचा अग्नी धुमसतच होता आणि त्याचा स्फोट झाला तो अत्यंत क्षुल्लक कारणानं!

"इतिहास असं सांगतो– एका निग्रो तरुणाला एका गोऱ्या तरुणानं भर रस्त्यात भोसकलं आणि त्यातून २१८८ चं तिसरं महायुद्ध पेटलं!

"मार्च २१८८ ते मे २१८९ हा चौदा महिन्यांचा कालखंड तिसऱ्या महायुद्धानं व्यापला होता. चौदा महिन्यांत मनुष्य, पैसा, यंत्र, तंत्र...सर्वांचा इतका प्रचंड विनाश झाला, राष्ट्रंच्या राष्ट्रं बेचिराख झाली.

"आणि, तुझा विश्वास बसणार नाही अमोल, जून २१८९ मध्ये जगातील सर्व लोकांची संख्या तीन कोटींच्या आसपास उरली होती."

"जून २१८९ हे नव्या युगाचं क्रांति-केन्द्र मानण्यात येतं. जे जगले-वाचले होते, त्यांचे प्रतिनिधी एकत्र आले. सर्व मानवजात एक आहे, या मूळ कल्पनेतून नव्या कल्पना अस्तित्वात आल्या. पुन्हा वस्त्या वसायला लागल्या. नव्या दमानं संशोधनं सुरू झाली.

"केवळ तीनशे वर्षांत आश्चर्यजनक शोध लावले मानवानं! इ.स.२१९२ ते इ.स.२५०० हा उत्क्रांतीचा एक मोठा प्रवास होता. आजच्या सर्व शोधांची बीजं या काळात रुजलेली आहेत.

"डॉ. गॅरीसन, सर रमामाधवन, हेक्टर फो चूं....हे या जीवनप्रवाहाचे प्रणेते आहेत.

"त्यानंतरच्या प्रगतीचा टप्पा अत्यंत किचकट आहे. मुख्यत: तुला समजणार नाही तो. कारण याच काळात पूर्वीच्या मानवात आणि आजच्या मानवात आमूलाग्र फरक पडला.पिढ्यान् पिढ्या ॲडजस्ट होत गेल्या आणि जन्माला येणारी प्रत्येक नवी पिढी सुधारलेल्या जीवनाशी जास्त समरस होत गेली.

"समजू शकेल का तुला ते? कारण गॅलॉपिंगची थिअरी, रेचव्हेनस्‌ची ॲटिन्डिया, एल्फ-केरॅल् शू वेज्, बोल्टमन्टिर्स....या संकल्पना मला तुला मुळापासून समजावून द्याव्या लागतील."

मी झटकन् नकारार्थी मान हलवली.

च्यायला! मरे ना का नवा मानव! कुठलं गॅलॉपिंग आणि एल्फ केरॅल का काय ते काढलं या मानवानं कोणास ठाऊक!

"ठीक आहे. मग प्रगतीच्या टप्पा सांगण्याऐवजी आता मी तुला आजच्या मानवी जीवनाविषयी कल्पना देतो."

"त्यापूर्वी तुम्ही मला काही खायला द्याल तर फार बरं होईल!" मी

चटकन् म्हणालो आणि त्याच्या चेहऱ्यावर सुरकुतलेलं हास्य पसरलं.

"तुला खायला लागेल, नाही?....विसरलोच होतो मी."तो पुटपुटला आणि आत निघून गेला.

थोड्या वेळानं तो बाहेर आला,तेव्हा त्याच्या हातात काहीतरी विचित्र आकाराचा पत्रा होता. त्यावर मी कधीही न पाहिलेले नाना रंगांचे पदार्थ होते. एक द्रवरूप पदार्थ तर थेट गढूळ शेवाळ्यासारखाच होता.

"हे खा तू."

या क्षणी मला वाटेल ते चालणार होतं. पोटात भुकेचा डोंब उसळला होता. मी भराभरा पत्र्यावरचा एक पदार्थ उचलून तोंडात घातला, आणि अक्षरश: विरस झाला माझा.

गोमूत्रात आंबलेली भाजी कालवावी तसा काहीसा गिळगिळीत, वाशाळ पदार्थ होता तो!

"हे....हे खाता तुम्ही?" मी कळवळून त्याला विचारलं.

"आम्ही काहीच खात नाही. शरीराच्या पोषणाला आवश्यक असलेल्या सर्व व्हिटॅमिन्सचा आणि प्रोटिन्सचा हा लगदा आम्ही पोटात भरतो!"

"म्हणजे...."

"तू खाऊन घे, सांगेन तुला मी. मात्र एक लक्षात ठेव, हे आजच्या जगातलं सर्वोत्कृष्ट अन्न आहे!"

काय बोलणार मी तरी?

मी कसाबसा ते गिळत होतो. म्हातारा आणि त्याची बायको कुतूहलानं माझ्या जबड्याच्या हालचाली पाहत होते.

च्यायला! म्हातारी समोरच फतफल मारून बसली होती. आधीच अन्न नावाचा तो भयानक प्रकार तोंडात फिरत होता. त्यात समोर बसलेली 'तसली' म्हातारी!

"अहो, तुम्ही....तुम्ही कपडे नाही का वापरत?" मी दीन होत त्याला विचारलं.

"नाही, आजच्या युगात तशी गरज भासत नाही!"

"मग कृपा करून मी हे खात असताना तरी तुमच्या बायकोला आत

जायला सांगा ना!''

तिनं रागारागानं माझ्याकडे पाहिलं. करकरा कुल्ले खाजवत ती आत निघून गेली!

''फार ॲड्जस्ट करावं लागणार आहे तुला, अमोल!'' मी तो लगदा संपवत असतानाच म्हातारा म्हणाला.

खरं होतं त्याचं म्हणणं. अन्नच घशात ॲडजस्ट करताना मी रडकुंडीला आलो होतो.

पण एक मात्र उल्लेखनीय होतं. तो अन्न नावाचा प्रकार पोटात गेल्यानंतर दहाव्या मिनिटाला तरतरित झालो होतो मी.

''बोला आता!'' शेवाळं पिण्याचं धाडस करून मी म्हणालो.

''आजचा मानव,'' त्यानं गंभीरपणे बोलायला सुरुवात केली. मी सर्व मानसिक धक्के सहन करावयाच्या तयारीनं ऐकायला लागलो. ''तुझ्या कल्पनेतल्या मानवाहून सर्वस्वी भिन्न आहे.

''बोलताना मी आता 'आम्ही' आणि 'तुम्ही' असा शब्दांचा वापर करीन, म्हणजे तुला समजायला सोपं जाईल.

''आज आमचं जीवन सेकंदासेकंदांवर आधारित आहे. आम्ही पूर्णत: यांत्रिक करामतीवर अवलंबून आहोत.

''नवीन मूल जन्माला आलं, की तीन महिने ते 'ॲडजसी' मध्ये ठेवलं जातं. ॲडजसी म्हणजे एक प्रकारची प्रायोगिक हॉस्पिटलं! या तीन महिन्यांच्या काळात मुलावर आम्ही नाना प्रकारचे प्रयोग करून त्याला आजचं जीवन जगायला समर्थ बनवतो.

''या तीन महिन्यांच्या काळाला ॲडजसी-पिरियड म्हणू या आपण. तीन महिन्यांनी मूल बाहेर पडतं, तेव्हा त्याच्या शरीरातल्या प्रत्येक सांध्याला आम्ही बोन-स्क्रू बसवलेले असतात.''

''काय....काय बसवलेले असतात?''

''बोन-स्क्रू. या बोन-स्क्रूमुळे माणसाला शरीराचा कोणताही भाग केव्हाही बाजूला काढता येतो. आणि....''

''पण त्याच्या शरीरातील व्हेन्स आणि....''

''ॲडजसीनं त्या एका केमिकल रिॲक्शननं डिस्ट्रॉय केल्या जातात! एक प्रकारचं परावर्तनच हे. पण त्यामुळे माणसाची फार मोठी कटकट वाचलेली आहे.

''आज आम्हाला अन्न खाण्यात वेळ घालवावा लागत नाही. केस कापण्याकरता शरीराचा इतर भाग तिष्ठत ठेवावा लागत नाही!''

खरं म्हणजे, थेरडा काय बोलतोय् ते माझ्या डोक्यावरूनच जायला लागलं होतं.

अर्थात, खोटं बोलण्याचं त्याला कारण नव्हतं. अविश्वास दाखविण्याचं मला कारण नव्हतं. एकोणीसशे पंच्याहत्तरच्या सुमाराला 'ट्यूब बेबी'ची जी कल्पना मूळ धरू पाहत होती, तिचाच ॲडव्हान्स्ड भाग होता हा.

''मला भूक लागली की मी काही मिनिटांकरता माझं पोट काढून बायकोच्या स्वाधीन करू शकतो. आता तू जे अन्न खाल्लंस, ते त्यात भरलं, की मी पुन्हा पोटाचे स्क्रू फिट करतो!

''आमचं आजचं राहणीमान इतकं गतिमान आहे, की असल्या गोष्टीकरता वेळ देताच येत नाही.

''तूच विचार कर. आयुष्याचं ॲव्हरेज आहे पस्तीस. या पस्तीस वर्षांतले तीन महिने ॲडजसीत जातात. त्यानंतरचे नऊ महिने काही कळत नसतं.

''साधारण मुलगा एक वर्षाचा झाला, की त्याला आम्ही शाळेत पाठवतो. सहा वर्षांचा काळ शिक्षणात जातो!''

''किती?'' मी चिरकलो.

''सहा. सर्वसामान्य मुलगा सातव्या वर्षी ग्रॅज्युएट होतो. सातव्या वर्षी कुठेतरी पोटापाण्याचा व्यवसाय पाहण्याइतपत अक्कल येते त्याला. आणि जम बसेपर्यंत तो दहा वर्षांचा झालेला असतो.

''बाराव्या वर्षी त्याचं लग्न होतं. साधारण पंचविसाव्या वर्षांपर्यंत तो संसारात रमतो. पंचविशी ओलांडली, की गात्रं शिथिल व्हायला लागतात.

''अठ्ठाविसाव्या वर्षी तो नोकरीतून रिटायर होतो. आणि मग पेन्शनरचं लाइफ सुरू होतं.

"तिशीच्या आसपास आला की माणूस वृद्धत्वाकडे झुकला, मग त्याच्या आयुष्याचा काय भरोसा? तिशीच्या पुढचा प्रत्येक दिवस आम्ही प्लसमधलाच मानतो.

"आज मी अडोतीस वर्षांचा असूनही माझी तब्बेत कशी वीस वर्षांच्या मध्यमवयीन गृहस्थासारखी टुणटुणीत आहे. माझी बायकोही काही कमी नाही! तेहतीस वर्षांची आहे ती!

"नियमितपणे, योग्य तेवढंच अन्न पोटात भरणं, चार तासांची भरपूर झोप, दर आठवड्याला हृदय, मेंदू आणि पोट क्लीनिंग हाउसला टाकणं....या नियमितपणामुळे जगू शकलो इतके दिवस आम्ही!"

काय बोलशील ते बोल! माझं मनच गोठलं होतं. पण म्हाताऱ्याला तसं सांगितलं असतं,तर त्यानं मलाच 'क्लीनिंग हाउस' ला टाकलं असतं!

"तुम्ही कधी आजारी वगैरे पडता की नाही?"

"आजारी?....नव्याण्णव टक्के माणसांना काही ना काही होत असतंच! मला स्वत:ला गळ्याचा कॅन्सर होता. गळा बदलून घेतला मी!"

"बदलून....?"

"हो. एक्सचेन्ज हाउसला तुम्हाला हवे ते अवयव मिळतात. माझ्या बायकोच्या हृदयाला भोक पडलं होतं क्लीनिंग करताना. मी ताबडतोब एक्सचेन्ज हाउसला जाऊन तिच्या मापाचं हृदय घेऊन तिला बसवून टाकलं!"

मला आता आश्चर्य वाटण्याऐवजी गंमत वाटायला लागली होती. आजचा मानव म्हणजे अक्षरश: चेष्टा होती सगळी!

हृदय बदलणं काय, पोट,मेंदू क्लीनिंग हाउसला देणं काय; अडोतीस वर्षांचा सुदैवी म्हातारा काय...सगळीच धमाल होती.

"हे पृथ्वीवर सगळीकडे असंच आहे का, फक्त तुमच्याच देशात आहे?"

"देश?" त्यानं कुत्सित स्वरात विचारलं,"देश-बिश विसरा आता! जगात फक्त चार प्रदेश आहेत. त्यांना आम्ही १,२,३ आणि ४ असे नंबर दिले आहेत.

"१।१३।१४२।३।२७।५।२०।१०३।१२३३५।२४।८। ए

६,८०,००,००० हा माझा संपूर्ण पत्ता आहे!''

"काय, काय म्हणालात तुम्ही?''

तो हसला.

"या पत्त्यात नाव नाही कुठं तुमचं?''

"नावं कोणालाच नाहीत!''

"तुम्हाला नाव नाही?

"हॅट्! आम्ही काय आठशे वर्षांपूर्वीचे आहोत काय?''

"अहो, ते तुम्ही जे आकडे म्हणालात ना, ते माझ्या डोक्यात गरगरा फिरतायत्! जरा समजावून द्या ना!''

खरंच मला पळून जावंसं वाटत होतं!

हे काय चाललंय्? एक काय....अपॉन तेरा काय....नावं नाहीत म्हणे माणसाला!

हाऊ फॅन्टॅस्टिक!

"बघ, हे तुला समजतंय् का?'' सावरून बसत तो म्हणाला,"१ हा अंक जगाच्या पहिल्या विभागाकरता आहे. जगाच्या पहिल्या विभागातला तेरावा उपप्रदेश. त्यातला एकशे बेचाळिसावा पट्टा. एकशे बेचाळिसाव्या पट्ट्यातला तिसरा तुकडा. तिसऱ्या तुकड्यात मोडणाऱ्या सत्ताविसाव्या पोटविभागातल्या पाचव्या बेसबर, विसाव्या माळ्यावरलं शहर. त्या शहराचा एकशे तीन नंबराचा रोड. बारा हजार तीनशे पस्तीस नंबरच्या इमारतीच्या चोविसाव्या माळ्यावर आठ नंबरच्या ब्लॉकमध्ये नं. ए-६, ८०,००,००० राहतो!!''

झाट काही समजलं नव्हतं मला. माझी एक झोप झाली होती.

"जगाची लोकसंख्या किती आहे आज?'' मखखपणे मी प्रश्न विचारला.

"चाळीस कोटी.''

"आत्ता तुम्ही नंबर्सचा तो पॅरिग्राफ सांगितलात, तो जगातल्या प्रत्येक मानवाला आहे?''

"होय.''

"पोस्टमनचं आयुष्य तीस वर्षांच्या वर नसेल, नाही?''

"पोस्टमन?....व्हॉट पोस्टमन?"

"जगात पोस्टमनदेखील नाहीत?"

"म्हणजे काय?"

"तुम्हाला समजा, २।९।....ला काही निरोप कळवायचाय्; काय करता तुम्ही?"

"काय करतो? एअर वे नं तिथे जातो!"

"स्वत:?"

"मग? माझ्या कामाकरता तिसऱ्याला पाठवू?"

"अहो, कुठे कुठे स्वत: जाणार तुम्ही?"

"कुठे म्हणजे? निरोप महत्त्वाचा असेल तर दोन-तीन तास घालवायला नकोत तुम्हाला?"

"दोन-तीन तास?"

"अमोल, जगातलं एकही ठिकाण एअर-वे नं सहा तासांच्या अंतरापेक्षा जास्त दूर नाही. तुम्हाला अगदी मंगळ, किंवा गुरूच्या नव्या वस्तीवरच जायचं असेल, तर मात्र प्रकाशकिरणांच्या वेगानं मंगळावर नऊ तास आणि गुरूवर जायला तेरा तास मोडतात तुमचे!"

"मंगळ....?....गुरू....?"

मला खरोखरच माझा ब्रेन तातडीनं 'क्लीनिंग-हाउस' ला देण्याची गरज होती!

"हो, मंगळ आणि गुरूवर मानवी वस्ती आहे ना. गेल्या शतकातच माणसं राह्यला गेली. पण अर्थात तुला आश्चर्य वाटणं साहजिक म्हणा! पण आम्हाला आता नवीन नाही ते. माझा मुलगा आणि सून मंगळावरच स्थायिक झाली आहेत. तिथेही मानवानं याच पद्धतीनं घरं बांधलीयूत."

"याच म्हणजे?"

"अमोल, एक गोष्ट तुझ्या लक्षात आली का?"

"कोणती?"

"विसाव्या माळ्यावर बसलेल्या शहरात आहोत आपण. खाली आधाराकरता एकतरी खांब दिसला का तुला?"

मी गप्कन् उठून उभा राहिलो. पुन्हा खाली बसलो.

''आपण अधांतरी आहोत?''

माझ्या पोटात भीतीचा एक गोळा.

''नाही. कृत्रिम रीतीनं हवेच्या दाबाचे पट्टे निर्माण करून भाग केले आहेत हे.''

''हवेचा दाऽब?''

''होय.''

''आणि तो कमीजास्त झाला तर?''

''तर सर्व शहरं एकमेकांवर कोसळतील!''

म्हातारा इतक्या सहजपणे बोलला, की माझी मलाच एक खाडकन् मुस्कटात मारून घ्यावीशी वाटली!

''पण घाबरू नकोस. तसं गेल्या तीनशे वर्षांत झालेलं नाही आणि होणार नाही! हवेच्या दाबावर माणसाचा कंट्रोल आहे!''

''नंबर सहा कोटी, ऐंशी लाख, आपण मला आणखीन काय काय सांगणार आहात?'' मी भकास नजरेनं त्याच्याकडे पाहत विचारलं आणि तो हसला.

''नंबर बरोबर लक्षात ठेवलास तू.''

''तुम्ही बोलत नाही, मग हे नंबर आणि हे सगळं कशाला हो?'' वैतागून मी विचारलं.

''बोलत नाही?....चुकीची कल्पना आहे तुझी. आम्ही खूप बोलतो. बोलण्याकरता, किंवा विचारांच्या संक्रमणाकरता, आम्हाला ध्वनी या माध्यमाची गरज पडत नाही.''

''आणि कानाचं काय करता तुम्ही?''

''तुझ्यासारखा एखादा ध्वनिमाध्यमातला भेटला, तरच उपयोग होतो कानांचा!'' खवचटपणे हसत म्हातारा म्हणाला.

''तुम्ही श्वास वगैरे घेता का?....का नाकात सिलिंडर वगैरे बसवण्याची व्यवस्था आहे?''

''चेष्टा कर अमोल तू. कारण हे पचवण्याची कुवत नाही तुझ्या बुद्धीत.

"काही बाबतीत आम्ही अपूर्ण असलो, तरी अजून काही वर्षांनी आम्ही पूर्ण असू.

"आज आम्हाला हृदय फार वेळ काढून ठेवता येत नाही. श्वसनाकरिता नाकाचा उपयोग करावा लागतो. लैंगिक गरजा भागविण्याकरता मैथुनाची आवश्यकता भासते.

"पण नं. ९,९८,१०,३०३चे यावर प्रयोग चालू आहेत. मनात इच्छा निर्माण झाली असता, संभोगरहित मैथुनसुखाची प्राप्ती होण्याचा दिवस दूर नाही आता!"

"असं कसं होईल?"

"हवेच्या दाबाच्या पट्ट्यावर शहरं वसली, तसंच!" तो ताडकन् म्हणाला आणि मी तोंडात मारल्यासारखा गप्प बसलो.

"वेड्या, शेवटी वीर्यस्खलन हा मानसिक सुखाच्या अत्युच्च सुखाचाच एक भाग आहे. मनाला ते समाधान जर काहीही न करता देता येत असेल, तर शरीर झिजवण्याची गरज काय?"

"चला!" मी चेष्टेच्या स्वरात म्हणालो,"काही दिवसांनी तुमच्या शरीराचा आणखी एक अवयव निकामी होणार!"

"अमोल," तीव्र नजरेनं माझ्याकडे पाहत, थरथरत म्हातारा म्हणाला,"तुझ्या आणि आमच्यामध्ये आठशे वर्षांची प्रचंड दरी आहे. आजचं जीवन तुला आवडणार नाही; तुझ्या वेळचं जीवन आम्हाला मागासलेलं वाटणार. पण एक लक्षात ठेव, तुला जे आवडत नाही ते सर्व वाईट आहे, असं नाही. तुला ते स्वीकारता येत नाही, तुझं मन हे जीवन मान्य करू शकत नाही, म्हणून आजच्या मानवाची तू थट्टा करू नकोस. आजच्या मानवाचा प्रतिनिधी म्हणून मी तुझ्याशी बोलतोय्. मला आमचा अपमान सहन होणार नाही.

"मी तुझ्या बुरसटलेल्या कल्पनांची टिंगल केली का? मी जर तसं करायचं ठरवलं, तर तुला जगणं अशक्य होईल. माझे शेकडो अनुयायी तुला सतावतील. शेवटी जीव देशील तू!"

"रागावू नका नं. सहा कोटी ऐंशी लाख,'' मी पडतं घेत म्हणालो, 'माझा तसा उद्देश नव्हता. केवळ मला सगळ्या गोष्टींचं आश्चर्य वाटलं म्हणून मी...ठीक आहे, माफी मागतो तुमची.''

तो सहा कोटी, ऐंशी लाखच शत्रू झाला असता, तर बोलायलासुद्धा कोणी मिळालं नसतं मला

"ठीक आहे, माफ करतो तुला मी. पण माझा मेंदू खराब केलास तू. मला तो साफ करून घेतला पाहिजे. तोपर्यंत तू एक झोप काढ. नंतर आपण बाहेर पडणार आहोत.''

त्यानं दाखविलेल्या जागी मी निमिषार्धात झोपी गेलो; पण....झोपलेला एक क्षण स्वप्नाशिवाय नव्हता.

हवेच्या दाबाचे पट्टे कायम कमी-जास्त होत होते...शहरं काय, रुळांच्या सांध्यासारखी जवळ येत होती, दूर जात होती! विचित्रच होतं सगळं.

सर्वांत भयानक!

दोन प्रचंड हात माझ्या शरीरातल्या व्हेन्स काढून घेत होते अन् बोन-स्क्रू फिट् करत होते!

६

सकाळी-सकाळी मला पहिली अडचण जाणवली असेल तर कडाक्याची थंडी! चक्क थंडीनं कुडकुडत जागा झालो होतो मी. दातांवर दात थडथड आपटत होते. हात-पाय वळले होते. आणि दोघे नागडेउघडे म्हातारे मात्र आरामात झोपले होते!

शी! निदान घाणेरडं दिसू नये म्हणून तरी त्यांनी कपडे वापरायला हवेत! काय किळसवाणी वाटतात माणसं कपड्यांशिवाय!

हॅ! बघणं नको!

वैतागून मी कुडकुडत बाल्कनीत आलो आणि परत आत आलो.

सांगितलं कोणी उगाच कुडकुडायला? रस्त्यावर आणि आसपास तरी काय निराळं दिसणार होतं?

सगळीच नंग्यांची दुनिया!

मी सहा कोटी, ऐंशी लाख महाराजांना हलवून जागं केलं आणि ते उठून बसले.

"वा! मस्त झोप लागली." उठल्या-उठल्या म्हातारा प्रसन्नपणे हसत म्हणाला."तुला झोप नाही ना लागली नीट?"

"छे! थंडीनं कुडकुडतोय् मी केव्हाचा!"

"माझा त्या बाबतीत नाइलाज आहे बघ. आमची शरीरं

आम्ही हवामानाप्रमाणे ॲड्जस्ट करून घेतो. त्यामुळे दुनियेत तुला एक धागा नाही सापडणार! आता आपण बाहेर पडलो की उन्हानं जरा ऊब मिळेल तुला.''

मी काही बोललो नाही. काही बोलण्यासारखं नव्हतंच. माझ्या थंडीवर त्याच्याकडे काही उपाय....

''तुम्ही ताप आला तर काय करता हो?''

''हां....ते औषध तू पिऊन बघ.''म्हातारा म्हणाला आणि त्यानं भराभर कपाट उघडून मला एक काळपट द्रवाची बाटली दिली.

पुन्हा एकदा घाणेरड्या वासानं दिवसाची सुरुवात झाली होती; पण मी बाटलीतलं ते घाणेरडं द्रव्य गटागटा पिऊन टाकलं.

आश्चर्यकारक परिणाम दाखवला औषधानं!

दहाव्या मिनिटाला माझी थंडी पार पळाली होती; पण सर्व तोंड आणि पोट लाल पुरळांनी भरून गेलं होतं!

मजेदार दिसत होतो मी!

म्हाताऱ्यानं त्याचे अवयव बंदुकीच्या नळीसारखे साफ वगैरे केले आणि तो पुन्हा बाहेर आला.

''तुझं शरीरही ॲडजस्टेबल नाही, पुरळ उठले बघ लगेच.''

''उठू द्या हो, चला!''

''चल.''

आम्ही त्याच्या ब्लॉकमधून बाहेर पडलो. आपण कोणाकडे जाणार आहोत वगैरे विचारण्याचा शहाणपणा केलाच नव्हता मी.

फुकट म्हाताऱ्याचाही नंबर विसरलो असतो!

रनिंग पाथवरनं आम्ही पार्किंग लॉटला आलो. म्हाताऱ्यानं स्वत:चा ठोकळा बाहेर काढला.

''हा चालवता कसा तुम्ही?''

''त्यामागचं तत्त्व मलाही माहीत नाही. पण पायाजवळ जो की बोर्ड आहे, त्यावर पाय ठेवून तुम्ही तुम्हाला हव्या असलेल्या ठिकाणाचा नंबर बोर्डावर संक्रमित केलात, की त्याच्या ट्रॅकवरून जाते ही.''

जाऊ द्या! आपल्या बुद्धीपलीकडलं आहे!

पळतो ना ठोकळा....?खूप झालं!

लिफ्टनं आम्हाला विसाव्या रस्त्यावर आणून सोडलं, आणि मग आमचा खरा प्रवास सुरू झाला. ठोकळा चांगला माजलेल्या बैलासारखा वेगात धावत होता.

"ट्रॅकवर अक्सिडेन्ट्स नाही का होत?"

"होतात ना, रोज या विभागातच किमान पन्नास-साठ अपघात होतात."

"म्हणजे माणसं मरतात ना इथली!"

"इथलीच का, सगळीकडचीच मरतात. घड्याळाची मशिनरी झिजली, की घड्याळ नाही का बंद पडत?"

नंतर मी पुढे काही विचारलं नाही. आमच्या आजूबाजूनं काही ठोकळे पुढे जात होते. काही मागे जात होते. ठोकळ्यातला प्रत्येकजण माझ्याकडे पाहत होता.

"आठशे वर्षांपूर्वीचा माणूस म्हणून पाहतायत का सगळे?"

"नाही, तसं काही विशेष नाही. जगात इतके चमत्कार घडत असतात, त्यांतलाच एक. लोकांना असलं आश्चर्य वाटत नाही फार काळ."

आमचा ठोकळा एका इमारतीत शिरत होता. तळमजल्यावर असलेल्याच एका ब्लॉकमध्ये आम्ही शिरलो.

समोर बसलेला मनुष्य कोण आहे हे त्याच्या पोशाखावरून ओळखण्याचा प्रश्नच नव्हता.

म्हाताऱ्यानं त्याला माझ्याबद्दल काही सांगितलं असावं. त्यानं एकदा माझ्याकडे पाहिलं. त्याच्या चेहऱ्यावर आश्चर्याच्या छटा चमकून गेल्या. त्यानं खूण करताच मी एका खुर्चीत बसलो.

"हे खाणावळीचे मालक आहेत." म्हातारा म्हणाला आणि मी मान डोलावली.

खाणावळ कुठे होती?

आत असावी बहुतेक.

दोन-पाच मिनिटं गेली आणि चार जणं भराभर आत आले. काही न बोलता त्यांनी बरगड्यांजवळ गुदगुल्या केल्यासारखं काहीतरी केलं.

मी ओरडलो असणार, तेव्हा चमकून त्यांनी माझ्याकडे पाहिलं. नंतर काही झालं नाही,अशा थाटात त्यांनी लहान का मोठं आतडं काढून चक्क काउंटरवर ठेवलं!

खाणावळीचा मालक ते लिबलिबित गोळे भक्तिभावानं आत घेऊन गेला, पाच मिनिटांत परत आला.

चौघांनी पुन्हा ती आतडी पोटाच्या कातडीत सारली. दोन स्क्रू पिळून घेऊन ते निघून गेले.

"कोटी, हे जेवण करून गेले?"

"हो. हे नोकरीकरता इथे आहेत; पण राहतात तेरा हजार किलोमीटर दूर असलेल्या दोन तेवीसमध्ये. जायचा कंटाळा आला की इथेच जेवतात."

"कोटी, कृपा करून इथून बाहेर पडू आपण! नाहीतर मला ओकारी होईल!"शहारत मी म्हणालो आणि कोटीमहाराज हसले.

"चल."

आता तो काय दाखवतो याचा धसकाच घेतला होता मी. ती चार आतडी अजून डोळ्यांपुढून हलत नव्हती माझ्या!

कोटीनं एका इमारतीसमोर ठोकळा थांबवला आणि आधीच मला निरनिराळ्या विचित्र कल्पनांनी मळमळायला लागलं.

"ओ सहा कोटी ऐंशी लाख, इथे कुठे चाललो आहोत आपण?"

"घाबरू नकोस. हे 'क्लीनिंग-हाउस' आहे. पण तुला बघायचं नसेल काही, तर तू बाहेरच्या खोलीत थांब."

क्लीनिंग-हाउस?

हां....काय असावं बरं?

पाहण्याची उत्सुकता तर होती मनाला.

त्याच्या मागोमाग मी आत शिरलो.

एका प्रचंड काउंटरमागच्या खुर्चीत एक नागडा टोणगा बसला होता. त्याच्या समोरच्या डझनभर बरण्यांमध्ये पिवळट रंगाचा द्रव होता.दोन बरण्यांमध्ये

दोन मेंदू होते. एका बरणीत एक मानवाचं जोडपं सुखानं नांदत होतं. एका बरणीत गोळ्या भराव्यात तसे डोळे होते!

"च्यायला!....अदलाबदल नाही होत का हो?"

"कधीच नाही. इतक्या डोळ्यांमधून प्रत्येकाचे डोळे तो बरोबर काढून देईल! आणि अदलाबदल झालीच, तर खोबणीत डोळा बसणार नाही ना नीट!"

"आणि समजा, तुमचा मेंदू दुसऱ्याला गेला तर?"

"त्याला स्कलमध्ये फिट् होणार नाही तो! माझ्या ब्रेनच्या विचारांची फ्रिक्वेन्सी त्याला पचणार नाही. ताबडतोब चक्कर येईल त्याला."

"मग एक्सचेंज कसा करता?"

"त्या वेळी ब्रेन नॉर्मलला आणलेला असतो. कोणालाही फ्रिक्वेन्सी सूट करता येते."

आजचा मानव खरोखरच फार पुढे गेला होता. कल्पना माझ्या मनाला पेलवतसुद्धा नव्हत्या.

माझ्यादेखतच एक तरुण आत आला. त्यानं छातीजवळचा बोन स्क्रू काढून ठुसठुसणारं हृदय काउंटरवर ठेवलं.

टोणगा भराभर उठला. पळत-पळत त्यानं ते हृदय आत नेलं.

"हृदयाच्या बाबतीत रिस्क घेता येत नाही. हृदयाशिवाय फार वेळ जगू शकत नाही आम्ही."

मी सहज त्या तरुणाकडे पाहिलं. काउन्टरचा आधार घेऊन तो एखाद्या दगडी पुतळ्यासारखा उभा होता.

च्यायला! टोणग्यानं उशीर केला, किंवा हृदय बदक्कन् पाडलं तर....?

पण टोणगा फार लवकर परत आला होता. त्यानं घाईघाईनं त्या तरुणाच्या छातीच्या कप्प्यात हृदय सारलं. स्क्रू फिट केले.

क्षणात तो मुडदा ताठरला. संजीवनी प्राप्त झाल्यासारखा चालू लागला.

"हा टोणगा या कामाबद्दल पैसे घेत नाही?" मी चुकून विचारलं.

"टोणगा? हां, याला उद्देशून म्हणालास का? हाच काय, आजच्या

जगात पैसा हा प्रकारचा अस्तित्वात नाही! आमचा बार्टर सिस्टिमवर विश्वास आहे!''

''सहा कोटी, आणखी नवीन काही दाखवणार आहेस का रे आता?'' उत्सुकतेनं मी विचारलं.

''तसं तुला सगळंच नवीन आहे. चल.''

आम्ही क्लीनिंग-हाउसमधून बाहेर पडलो.

''सहा कोटी, खरं सांगू? आता मला तू काहीही दाखवू नकोस!''

''कंटाळलास?''

''कंटाळवाणंच आहे सगळं! जीवनातला चार्म गमावलेली माणसं तुम्ही! काय पाह्यचंय् आता?''

सहा कोटी, ऐंशी लाख हसला. पहिल्यांदाच त्याच्या हसण्यात घोर निराशा दडलेली जाणवली मला.

''अमोल, खरं सांगू?''

मी सांगही म्हणालो नाही, आणि सांगू नकोही म्हणालो नाही. त्याच्या बोलण्यातही मला इन्टरेस्ट नव्हता आणि त्याच्या यंत्राधीन मानवातही!

''कधी कधी असं वाटतं, हे कृत्रिम, यांत्रिक जीवन कुठंतरी थांबलं पाहिजे!''

मी चमकून त्याच्या तोंडाकडं पाहिलं.

चेष्टा करत नव्हता; खरं बोलत होता तो.

''यंत्र....यंत्र....सुधारणा....आजच्या जगात मानवाचं मानव्यच हरवून बसलंय! दिवसेंदिवस मानव सुधारत चाललाय् आणि त्याच्या प्रत्येक सुधारणेबरोबर तो भावनाहीन होत चाललाय! प्रेम....राग...दुःख....सुख....या कल्पनाच आमच्या कक्षेत येत नाहीत! या प्रयोगांनी मानवाचं मूल्य पार धुळीला मिळवलंय. घशाचा कॅन्सर झाला? घसाच बदलून टाका. पोटात अल्सर आहे?....पोट नवीन घे! गुडघे सुजतात? गुडघ्यांच्या वाट्या विकत आण! हृदयाचीसुद्धा किंमत शून्य झालीय् अमोल! क्लीनिंग-हाउसला माणसं कपड्यांसारखी हृदयं साफ करून घेतात!

''कधी कधी अभिमान वाटतो मानवी बुद्धीबद्दल; पण कधी कधी

वाटतं, पूर्वी जीवनाला जी किंमत असेल, संसारात जी गोडी असेल, नवरा-बायकोमध्ये जे अभंग प्रेम असेल, त्याचा शतांशही आज आम्ही अनुभवू शकत नाही! बायको मेली तर मन कळवळत नाही, पोरगा गेला तर मनाला ठणका लागत नाही.

"हे खरं जीवन नाही अमोल!

"ज्या वेळी पुन्हा माणसाच्या प्राणाला मोल येईल, ज्या वेळी त्याचे अवयव गल्लोगल्ली मिळू शकणार नाहीत, त्या वेळी यांत्रिक करामतीपासून वंचित होऊन नैसर्गिक जीवन जगायला लागेल, त्याच वेळी माणूस पुन्हा एकदा खऱ्या अर्थानं सुखी होईल!"

सहा कोटीनं बरोबर माझ्याच मनातले विचार मोडक्यातोडक्या शब्दांत मांडले होते.

मनात कुठेतरी बरं वाटलं मला. मीच नाही,एक यंत्रमानव हे विचार बोलून दाखवत होता.

"अमोल, तुला आम्ही मेलेल्या माणसाचं काय करतो ते पाह्यचंय?" अचानक घोगऱ्या स्वरात त्यानं विचारलं आणि मी बावचळलो.

हो म्हणावं, का नाही म्हणावं?

"पाह्यचंय् !"

"चल, दाखवतो. म्हणजे माणसाची आजच्या जगात खरी किंमत किती आहे, ते समजेल तुला."

मला वाटलं होतं, सहा कोटी आता मला क्लीनिंग-हाउससारख्याच एखाद्या 'डिस्ट्रॉय हाउस' ला वगैरे घेऊन जाईल.

पण....

त्याची कृती फारच निराळी होती!

अगदी मख्खपणे, त्यानं की-बोर्डावर पाय दाबला. अचानक एक भयानक वळण घेत आमचा ठोकळा गच्कन् आडवा झाला!

रस्त्यानं इतस्तत: धावणारे ठोकळे करकरत इकडे-तिकडे वळले, निरनिराळ्या दिशांना पांगले.

एका ठोकळ्यात बसलेली तरुणी दुसऱ्या ठोकळ्याच्या धक्क्यानं

फटकन् हवेत फेकली गेली. एखादा कागदी बाण प्लॅटफॉर्मवरच्या प्रोफेसरांच्या दिशेनं जावा, इतक्या सहजपणे इमारतीच्या खांबाच्या दिशेनं ती सुळकली होती. खांबावर तिचं डोकं ठचकन चेचलं गेलं. मेंदूचा लगदा फाटलेल्या डोक्यातून बुळक्कन जमिनीवर सांडला!

इतकं किळसवाणं, ओंगळ हृदय मी यापूर्वी खरंच कधी पाहिलं नव्हतं. आपल्या जिज्ञासापूर्तीकरिता एक जीव इतक्या कवडीमोलानं मारला जाईल, याची मला सुतराम कल्पना नव्हती.

त्यालाच काय, तिच्याबरोबरच्या तरुणालादेखील काही वाटलं नसावं. सगळे ठोकळे पुन्हा योग्य दिशांना वळून निघून गेले होते. तो तरुणही आपला ठोकळा पिटाळत तिला तसाच टाकून गेला होता.

"सहा कोटी, ही तरुणी त्याची कोणीतरी असेल ना रे?'' मीच कळवळून विचारलं.

"होय! त्याची बायको आहे ती!''

जबरदस्त हादरा होता हा! स्वत:ची बायको....जगली का मेली, हेही पाहायला थांबला नव्हता तो!

कुठे पोचलाय मानव?

फक्त मन मात्र हरवून गेलाय!

विषण्ण नजरेनं मी त्या फुटलेल्या तरुणीकडे पाहत होतो!

"काही विशेष नाही अमोल, आता मेलीय् ती. आम्ही मेलेल्या माणसाकरिता फार वेळ वाया जाऊ देत नाही. तुला ते दाखवायचंय् म्हणून थांबलोय् मी. नाहीतर आपणही थांबलो नसतो!''

क्षणभर मला वाटलं, या सहा कोटीच्याला उचलून असाच फेकून द्यावा त्या खांबावर. त्याच्या मेंदूची छकलं-छकलं होईपर्यंत त्याला धुण्याच्या पिळ्यासारखा आपटत राहावं!

"ते बघ!''

त्यानं दाखवलेल्या दिशेनं मी पाहिलं. एक मोठा ठोकळा तिच्या दिशेनं येत होता. ॲम्ब्युलन्ससारखा काही प्रकार असावा तो.

"एक्स्चेन्जची माणसं आहेत ही!''

तो ठोकळा तिच्या प्रेताजवळ थांबला. आतून भराभर चार माणसं खाली उतरली. त्यांनी तिच्या शरीराचे बोन-स्क्रू भराभर बाजूला काढले. एखाद्या बेडकाचं डिसेक्शन करावं, इतक्या सहजपणे त्यांचं काम चालल होतं.

एका ॲल्युमिनियमच्या बॉक्समधल्या निरनिराळ्या कप्प्यांत तिचे अवयव ठेवण्यात आले. जठर, आतडी, पाठीचा कणा असे मोजके भाग त्यांनी घेतले होते.

"हे काय करतायत्?"

"तिचं हृदय आणि मेंदू कामातून गेलाय. म्हणून त्यांनी फक्त तिचे उपयोगी पडतील असे अवयव काढून घेतलेत."

मी त्यावर काहीतरी मत प्रदर्शित करणार होतो; पण त्यापूर्वीच एका माणसानं ठोकळ्याच्या आतल्या भागातून एक अवजड मशीन बाहेर काढलं. त्या मशीनच्या खालच्या भागात एक माणूस मावेल एवढी पोकळी होती. ती पोकळी प्रेतावर टाकून त्यानं मशीन जमिनीवर ठेवलं. काही बटणं पुश केली.

साधारण दहा सेकंद मशीन थरथरत होतं. वरच्या बाजूच्या नळीतून हिरवट, काळपट धूर हवेत पसरत होता. घाण वासानं माझ्या नाकातले केस जळाले होते.

मोजून अकराव्या सेकंदाला बटणं दाबली गेली. मशीन बंद झालं. त्या माणसानं मागच्याच तत्परतेनं मशीन उचललं. मशीन आणि ती बॉक्स ठोकळ्यात ठेवून ते निघून गेले.

जिथे ते प्रेत पडलं होतं, तिथे त्या तरुणीची निशाणीच उरली नव्हती!

"पाहिलंस अमोल?" विषादयुक्त स्वरात त्यानं विचारलं.

"पाहिलं!" घोगऱ्या स्वरात मी म्हणालो. बोलताना माझा आवाज गहिवरून आला होता. "सहा कोटी, आठशे वर्षांत माणसानं प्रगतीच्या नावाखाली रानटीपणात किती खोल रुतवून घेतलंय् स्वत:ला, तेही पाहिलं. आठशे वर्षं अविश्रांत श्रम करून माणसानं काय मिळवलं? भावनाशून्य जीवन?

"तुम्हाला हसता येत नाही खळखळून....धाय मोकलून रडता येत नाही..हृदय गहाण ठेवून प्रेम करता येत नाही....जिवावर उदार होऊन

शत्रुत्व करता येत नाही. मानवताच हरवून बसलात तुम्ही....

"आता एकच शोध लावा!....जन्माला येण्यापूर्वीच काही सेकंदांत माणसाला आयुष्य उपभोगल्याचं समाधान मिळावं. तशी फक्त कल्पनाच त्याच्या मनात निर्माण व्हावी! बस, तीस वर्षांच्या आयुष्याची गरज नाही उरणार तुम्हाला!

'आजचा हा यंत्र-मानव....उंचीनं खुजा आहे....तसा मनानंही खुजा आहे. सहा कोटी, मला किळस येते तुमची! मानवानं निर्माण करणाऱ्या सृजनशक्तीची कीव येते मला. ज्या कोणी विधात्यानं मानव निर्माण केला, त्याला आपल्या निर्मितीचे हे बीभत्स भीषण परिणाम माहीत असते, तर त्यानं मानववंश निर्माण केलाच नसता! मनूनं स्वत:चे खच्चीकरण करून घेतलं असतं....ईव्हनं प्रसववेदना सहन केल्या नसत्या.

"आजचं हे जग....पहा जरा, सहा कोटी....पहा! या जगात मांगल्य नाही, श्रद्धा नाहीत, जीवनमूल्यं नाहीत!

"कशाला जगता रे तुम्ही?"

मी दोन्ही हातांत तोंड झाकून घेतलं आणि ढसढसा रडायला लागलो. माझ्या आसपास हजारो माणसं वावरत होती. त्यांना आपले वंशज म्हणवून घेताना लाज वाटत होती मला. एवढी माणसं होती आणि त्यांच्यात मी एकटा खऱ्या अर्थानं मानव होतो! माणुसकीच्या ओलाव्याला, जीवनमूल्यांवर विश्वास ठेवून प्रेम करणाऱ्या मनांना आसुसलो होतो मी!

मनाला असह्य कळा लागल्या होत्या. हृदय पिळवटून निघत होतं. शरीराचा रोमन् रोम आक्रंदत होता.

मानवात 'माणूस' शोधत होतो मी!

आज कित्येक तासांनी मला मनापासून हॅर्टाची आठवण आली होती!

सहा कोटी, ऐंशी लाख–हृदयशून्य, महामूर्ख मानवाचा एक प्रतिनिधी गोंधळलेल्या मनानं माझ्या अश्रूंकडे पाहत होता.

या अश्रूंचं मूल्यमापन त्याच्या यांत्रिक बापालाही करता येणं शक्य नव्हतं!

◆◆◆

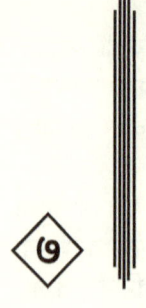

७

"सहा कोटी-"

"....ऐंशी लाख. सहा कोटी हा फार मोठ्या स्थापत्याविशारदाचा नंबर आहे. सहा कोटी ऐंशी लाख म्हण तू."

"ठीक आहे सहा कोटी काय आणि सहा कोटी ऐंशी लाख काय! मला सारखेच सगळे!" विषण्ण स्वरात मी म्हणालो.

परमेश्वरानं उचापत्या करून आठशे वर्षांनी मला जिवंत करण्यात काय मिळवलं होतं, तेच मला समजत नव्हतं.

अश्वत्थाम्याचा शाप माझ्या मागे तर लावून दिला नसेल त्यानं!

नको! नकोऽऽऽ....नको!

पिढ्यान् पिढ्यांची नासाडी पाहत मला जगण्याची इच्छा नाही! यांत्रिक कल्पनांना कवटाळून मानवाचा सडका मेंदू बरबादीच्या चिखलात किती खोल रुततो, हे अजमावण्याची मला इच्छा नाही.

मला कसलीच इच्छा नाही.

मुक्ती हवीय मला!....मुक्ती!

सहा कोटी, ऐंशी लाख सुरुवातीला म्हणाला होता, तेच खरं होतं. माझ्यात आणि आजच्या मानवात कोट्यवधी वर्षांचं अंतर निर्माण झालं होतं. या आठशे वर्षांत मानवजात

कित्येक प्रकाशयोजनं दूर पळाली होती माझ्यापासून.

आचार-विचार....संस्कृती....संकेत....ग्रह....कशाकशांत साम्य नव्हतं. मानवाचा चेहरामोहराच पार न ओळखण्याइतका बदलून गेला होता!

ॲडजस्टमेंट करणं हा माझा स्थायीभाव होता. पण....या रानटी सुधारकांशी मी कोणत्याच प्रकारे जमवून घेऊ शकलो नसतो.

''बोलला नाहीस पुढे तू?''

''बोलण्यासारखं काही उरलंच नाही बघ.''

''प्रगती कशी काय वाटली तुला आमची?''

''प्रगती?....प्रगती कशाला म्हणतात, ते तरी कळतं का मूर्खांनो!''

माझं सहा कोटीबद्दल काही क्षणापूर्वी जे मत होतं, ते या एका प्रश्नानं खाडकन् बदललं.

आधी मला वाटलं होतं, याला मानवाच्या अधोगतीची जाणीव आहे. त्याला हे कुठेतरी थांबवायचंय्!

काही नाही, महामूर्ख मानवांचाच एक प्रतिनिधी होता तो! मनात क्षणभंगुर नैराश्य डोकावल्यानंतर जे वैफल्य निर्माण होतं, त्यापलीकडे त्याच्या मतांना काहीही किंमत नव्हती!

''फारच प्रगती केलीयत् तुम्ही?''उपरोधानं मी म्हणालो आणि तो हसला.

''तू हे इतक्या सहजपणे कबूल करशीलसं वाटलं नव्हतं मला. पूर्वीची माणसं हेकट, स्वत:च्या मतांना चिकटून राहणारी, बुरसटलेली अशीच होती, असं इतिहासाचं मत होतं. पण तू त्याला अपवाद निघालास.

''आता मला वाटायला लागलंय, की तुला जर वर्षभर ॲड्जसीमध्ये ठेवले तर तू आजच्या गतिमान जीवनाशी स्वत:ला ॲडजस्ट करून घेऊ शकशील.''

''सहा कोटी, तुला काय म्हणायचंय्, मीही बोन-स्क्रू बसवून घेऊ? तुमची मुकी भाषा शिकून....तुमच्यासारखं शरीर हवामानाला ॲडस्ट करून घ्यायला शिकू? नऊ तासांत मंगळावर जाऊ? तेरा तासांत गुरूवर जाऊ? आणि एक दिवस मेल्यानंतर त्या तरुणीच्या शरीरासारखं माझं शरीर 'एक्सचेंज हाउस' च्या स्वाधीन करू?''

मी त्याच्या कोडगेपणावर इतका संतापलो होतो, की त्याला विसाव्या माळ्यावरून थेट सर्व हवेच्या दाबांच्या पट्ट्यांतून तळमजल्यावर फेकून देण्यात मला फार आनंद वाटला असता!

"मग?....तुला जर जगायचं असेल तर तुला ॲड्जसीत राहणं आवश्यक आहे!" आश्चर्याने माझ्याकडे पाहत तो म्हणाला.

"तुझ्या या जगाच्या पाठीवर एक कोपरादेखील असा नाही सहा कोटी, जिथं मला माझ्यासारखं आयुष्य जगता येईल! जिथे या यांत्रिक, कृत्रिम जीवनाची छाया नसेल!"

"काय....काय बोलतोयस तू हे? असा एक स्क्वेअर सेन्टिमीटर नाही मिळणार तुला! हवंतर मी तुला एअर-वेनं म्हणशील त्या भागात घेऊन जातो. तू खात्री कर!"

"गरज नाही!"

"मग, काय करणार आहेस तू? ॲड्जसी?"

"खड्ड्यात गेली तुझी ॲड्जसी!" मी जीव खाऊन किंचाळलो. सहा कोटी अपमानानं थरथर कापायला लागला होता.

"सहा कोटी, मला तुझ्या या भिकारड्या जगात एक क्षणभरदेखील राहण्याची इच्छा नाही!"

"मग तू मर!" तो तारस्वरात किंचाळला, "शेवटी मागासलेलीच जात तुझी!"

मी त्याच्या त्या विनोदावर इतका खदखदत हसलो, की त्याची ती नागडी, थेरडी बायकोपण बाहेर डोकावून पाहायला लागली.

"यात हसण्यासारखं काय आहे?" तिला आत जायला सांगत सहा कोटीनं मला विचारलं.

"खरं सांगू सहा कोटी? या जगात काहीच करण्यासारखं नाही! मी तुमच्या जगाशी ॲडजस्ट होऊ शकत नाही! बास!"

"मला तुझी कीव येते!"

पुन्हा हसणार होतो मी; पण ते नागडं ध्यान परत बाहेर आलं असतं, म्हणून मी हसू दाबलं.

"अडोतीस वर्षाच्या म्हाताऱ्या, सहा कोटी ऐंशी लाखमहाराज, तू माझ्याकरता इतकं केलंस, आता आणखी एक गोष्ट करशील?"

"काहीही करणार नाही तुझ्याकरता आता मी! माझा वेळ वाया घालवलास तू! तुझ्यासारखा मोठा ताकदवान मनुष्य आमच्यात आला असता, तर मी जगात बहुमानाला पात्र ठरलो असतो; पण...."

"आहे; एक उपकार केलायस् तू. आठशे वर्षांपूर्वीच्या संस्कृतीबद्दल तू खूपच उपयुक्त माहिती सांगितलीयस. त्याच्या बदल्यात तुझं एकच काम करीन मी."

"थँक यू." मी हसून म्हणालो

"बोल, काय करू?"

"तुझ्या या सुधारक यंत्रमानवाची सत्ता नाही असा पृथ्वीच्या पाठीवर कोणता भाग आहे?"

"पाणी! सागरावर आमची अजून सत्ता नाही."

"बस्, तुझा तो ठोकळा घे. आणि मला सागरापर्यंत पोचव."

"पुन्हा समुद्रात जाणार तू?"

"होय!"

तो ताडकन उठून उभा राहिला. बहुतेक त्याला मेंदू साफ करण्याची गरज भासली असावी.

दहा मिनिटं तो आतल्या खोलीत आदळआपट करत होता. मधूनच मला ऐकू येईल, अशी बडबड करत होता. त्याची ती थेरडी मधूनच भीतीनं डोकावत होती आणि माझं लक्ष गेलं की आत पळून जात होती.

"चल!"

"चल."

पुन्हा एकदा त्याच्या त्या कुठल्या १।१३....का काय, नंबरच्या घरामधून बाहेर पडत होतो मी.

परत न येण्याकरता!

कशी कुणास ठाऊक, माझ्या सागर-प्रवासाची बातमी सगळीकडे पसरली असावी.

आमचा ठोकळा किनाऱ्याच्या दिशेनं येत होता. आणि लोक ठोकळ्या-ठोकळ्यांनी जमा झाले होतं. किनारा फुलला होता.

सगळ्यांना मागे टाकून आमचा ठोकळा पुढे आला. अगदी लाटांपाशी येऊन थांबला.

"जरा तुझा हा ठोकळा किनाऱ्याला समांतर फिरव."

"का?"

"माझा तराफा दिसतो का पाहतो."

काही न बोलता त्यानं ठोकळ्याचं तोंड वळवलं. किनाऱ्यावरची वाळू मागे उडवत ठोकळा किनारपट्टीवरून धावायला लागला.

फार शोध घ्यायला लागलाच नाही मला.

एके ठिकाणी माझा तराफा पडला होता. त्यावर थोडीफार वाळू जमा झाली होती.

जुना मित्र भेटावा तसा आनंद झाला होता मला तराफा पाहून.

मी ठोकळ्यातून खाली उतरलो. एखाद्या मुलानं आईच्या फोटोवरची धूळ झटकावी, तशा हळुवार हातांनी मी तराफा साफ केला

मदतीला कोणीही आलं नव्हतं माझ्या! त्यांच्या मनाविरुद्ध वागत होतो ना मी, म्हणून!

तराफा चांगला साफसूफ झाला. त्याच्याच बाजूला पडलेली वल्ही मी तपासून घेतली.

"तुला बरोबर अन्न...."

"तुझ्या जगातलं मला काहीही नको."

"मर्जी तुझी!"

तराफा ढकलत-ढकलत मी लाटांपर्यंत आणला. हळूहळू लाटांनी मला साथ दिली. तराफा कंबरभर पाण्यात तरंगायला लागला.

काही दिवसांपूर्वी, किनारा मिळाला म्हणून आनंदाने बेहोश झालो होतो मी; आज किनारा सुटत होता म्हणून हायसं वाटत होतं.

सागराच्या लाटा! इमानी कुत्र्यासारख्या माझ्या अंगाला चाटत होत्या.

त्या स्पर्शातली नैसर्गिकता मला सुखावह वाटत होती.

सागर!

आजच्या कृत्रिम, यांत्रिक जगात नैसर्गिक असं काय ते तेवढंच होतं. माझ्या परिचयातली तेवढी एकच वस्तू या जगात होती.

कंबरभर पाण्यात तराफा डचमळायला लागला. मी शांतपणे त्या तराफ्यावर बसलो. वल्ही वल्हवली जाऊ लागली.

किनारा....किनाऱ्यावर उभे असलेले ते दयनीय मानव...त्यांचं ते यान्त्रिकी जग मागे-मागे पडत होतं.

आणि शेवटी....

पुन्हा एकदा चारी दिशा जलमय!

असाच एकदा हिंडत होतो मी. तेव्हा या अथांग जलाशयाची भीती वाटली होती मला. त्याच्या काळासारख्या लाटांना घाबरलो होतो मी. वादळांनी माझ्या हृदयाचा थरकाप उडवला होता.

आज....?

एका प्रचंड लाटेकडे मी त्रयस्थाच्या स्थितप्रज्ञतेनं पाहत होतो.

आत्मसमर्पण ही एक प्रकारची जिवंत जलसमाधीच.

एक तराफा. त्यावर एक आठशे तीस वर्षांचा जख्ख म्हातारा! आधाराला दोन वल्ही.

अन्न नाही....पाणी नाही!

किनाऱ्याची ओढ नाही.

अन्नपाण्यावाचून सहावा सूर्योदय पाहत होतो मी! गात्रं नाउमेद झाली होती. हात उचलण्याचे त्राण उरले नव्हते.

तरीही सहा दिवसांत फारसा झोपलो नव्हतो मी.

पुन्हा हजार वर्षांनी जागा झालो तर....?

आज मात्र डोळे गपागप मिटत होते. कदाचित, कायमचेच मिटणार होते. कशाच्या आशेवर मी अजून जिवंत होतो, तेच कळायला मार्ग नव्हता?

लाटांनी गिळलं असतं तर माझी हरकत नव्हती. आत्महत्या करणार नव्हतो मी.

मिचमिच्या डोळ्यांनी मी पाहिलं.

खूऽप दूर....क्षितिजाच्या मिलनातून निर्माण झालेला तांबूस सोनेरी इवलासा गोळा वर येत होता. त्याच्या तेजानं दिशा तांबारल्या होत्या.

आणि....

एक काळपट ठिपका!

कोण रे बाबा आलंय् आता?

नको रे परत नेऊ मला त्या यांत्रिक जगात!

ठिपका मोठा-मोठा होत होता.

मानवी आकृती....?

मी डोळे ताणून-ताणून पाहत होतो.

ठिपका जवळ आला....आणखी....आणखी....

स्पष्ट झाला.

माझ्या सुरकुतलेल्या चेहऱ्यावर एक प्रसन्न हास्य तरळलं. नव्या दमानं मी उठून बसलो.

तराफा होता तोही. तराफ्यावरची आकृती पूर्ण परिचयाची होती!

तराफे जवळ आले.

आकृती माझ्या तराफ्यावर आली.

"ओळखलंस?"

"हं."

खूप बोलायचं होतं. शब्दच सुचत नव्हते. या यांत्रिक जगानं हिरावून घेतले होते की काय, कोण जाणे!

"किनाऱ्याला जायची इच्छा आहे?"

"नाही."

"साथ देशील शेवटपर्यंत?"

"हं."

बस्. काय बोलणार आता?

हवं ते शेवटच्या क्षणी तरी मिळालं होतं. तृप्त होतो मी!

"तुला म्हटलं होतं ना, एक ना एक दिवस आपण भेटू म्हणून!"

"हं."

"योगायोगांवर विश्वास बसला ना आता तरी?"

"होय हॅर्टा, योगायोगांवर माझा पूर्ण विश्वास आहे?" गहिवरून मी उद्गारलो.

माझ्या कृश हातांची मिठी तिच्या हाडांच्या सांगाड्यावर घट्ट झाली. आठशे वर्षांनंतरचा तो योगायोग पाहण्याकरता एक लाट आवेगानं आमच्या तराफ्यावर चढून आली होती!!

कडा ऽ ड् !

काहीतरी जाणीव शरीर थरारवून सोडत शरीरभर फिरली; आणि मी डोळे उघडले.

कप्तानसाहेब आणि चार-दोन खलाशी माझ्या डोक्यापाशी उभे होते. माझ्या ग्रुपची मुलं भेदरल्यासारखी पायथ्याशी उभी होती.

मी डोळे उघडलेले पाहताच हॅर्टाच्या चेहऱ्यावर एक टवटवीत हास्य पसरलं

''अमोल, तू इतका सेन्सेटिव्ह आहेस तर तीन गोळ्या कशाला रे खाल्ल्यास?'' थरथरत्या आवाजात तिनं विचारलं. सुरुवातीला दहा मिनिटं मला घटना एकमेकींतून बाजूला करणंच कठीण गेलं होतं. नंतर अचानक सॉर्टिंग झालं.

''तीन नाही, अजून सहा गोळ्या खाईन! तुला काय करायचंय?'' मी तिच्या

नकाराचा राग दाखवत म्हणालो.

"वेडा!...बार्बारा केव्ह्ज जवळ आल्या तरी झोपलाय् अजून." ती माझ्याजवळ बसत पुटपुटली.

मी जागा झालेला पाहून कप्तान आणि इतर लोक निघून गेले होते. केबिनमध्ये फक्त हॅर्टा आणि मी होतो.

"हॅर्टा...."

"समजलं रे मला सगळं." माझ्या केसांतून हात फिरवत ती म्हणाली.

"मी लग्नाला नकार दिला म्हणून रागावलास ना?"

"हं."

"कसं सांगू तुला....?"

"हॅर्टा, तुला चार वर्षांची मुलगी आहे का गं?" अचानक तिच्या तोंडाकडे पाहत मी विचारलं.

हॅर्टाच्या चेहऱ्यावरचे रंग क्षणभर उडाले. तिचे ओठ विलग झाले. नाकपुड्या थरथरल्या.

"कोणी सांगितलं तुला?" तिनं खोल गेलेल्या अपराधी स्वरात विचारलं.

"आहे का सांग!"

"आहे."

पडताळा....?

संकटाची एक सूक्ष्म जाणीव माझ्या मनात डोकावून गेली.

"हॅलो...."

केबिनमधल्या स्पीकरमधून अचानक कप्तानाचा आवाज ऐकू आला. त्याच्या आवाजाबरोबरच पावसाच्या थैमानाचा, वादळी लाटांचा आवाज केबिनमध्ये घुसला होता.

“समोर दिसणारे डोंगर हे बार्बारा केव्ह्जचे नाहीत. आपली दिशा चुकलेली आहे. पावसामुळे सर्व कॉन्टॅक्ट्स तुटलेली आहेत. आणि ‘ब्यूटी क्वीन’ च्या तळाला आठ फुटांची एक चीर पडलेली आहे....”कप्तान भराभर बोलत होता. भेदरलेल्या नजरेनं हॅर्टा ऐकत होती.

मी....?

पुढे काय घडणार ते मला पाठ होतं!!

माझ्या नशिबी अश्वत्थाम्याची वणवण होती.

चुकवणारा एकही योगायोग पृथ्वीच्या पाठीवर नव्हता!

◆◆◆

.